AF658987

ಬಾಣಂತಿ ಪುರಾಣ

ಇದು ಬಾಣಂತನದ ಕಥೆಗಳು

ಶ್ರೀಕಲಾ ಡಿ ಎಸ್

BAALANTI PURANA-
A unique narrative of a Journalist / Classical
Dancer's Journey in to the
world of Pregnancy and Child Birth By
Shreekala D S
Published by Bahuroopi

Written By
Shreekala D S
99459 23803
shreekalads@gmail.com

Published By
BAHUROOPI
1, Naaku Tanti, Basappa Layout,
RMV Second Stage, Sanjayanagar,
Bangalore 560 094

editor.bahuroopi@gmail.com
Mobile: 70191 82729

online book store:
bahuroopi.in

First Edition: 2019
Pages: 92
Price: Rs.150
Copyright: Shreekala D S
Photos: Sudhakar Jain, Writer's Collection
Design: G Arun Kumar

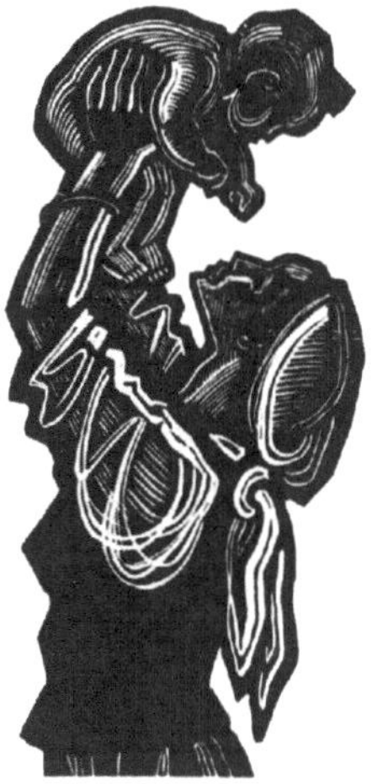

ಕಾಣದ ಕಡಲಿನ ಮೊರೆತದ ಜೋಗುಳ..

ಹೌದಾ..!!

ಎಂದು ಕಣ್ಣನ್ನು ಅಷ್ಟೂ ಅಗಲ ಬಿಟ್ಟು ಕೇಳಿದ್ದೆ. ನನ್ನ ಸಂಗಾತಿಯ ಒಡಲೊಳಗೆ ಒಂದು ಜೀವ ಅರಳಲು ಸಜ್ಜಾಗುತ್ತಿದೆ ಎನ್ನುವ ವಿಷಯ ನನ್ನ ಕಿವಿಗೆ ಬಿದ್ದಾಗ ನನಗೆ ಹೇಳಲು ಸಾಧ್ಯವಾದದ್ದು ಅಷ್ಟು.

ಆಮೇಲೆ ನನ್ನ, ಅವಳ ಜೊತೆಗೆ ಅದುವರೆಗೆ ಇದ್ದದ್ದಕ್ಕಿಂತ ಭಿನ್ನವಾದ ಒಂದು ಸಂಗೀತ ಸುಳಿಯುತ್ತಾ ಇದ್ದದ್ದು ಮೇಲಿಂದ ಮೇಲೆ ಅರಿವಿಗೆ ಬರುತ್ತಾ ಹೋಯಿತು. ಅವಳ ಹಿಂದೆ ಮುಂದೆಯೇ ಸುತ್ತುತ್ತಾ, ಸ್ಕೂಟರ್ ಅನ್ನು ಹಳ್ಳ ಕೊಳ್ಳದಲ್ಲಿ ಕುಲುಕದಂತೆ ನಡೆಸುತ್ತಾ.. ನಾನು ಮಹಾ ಜವಾಬ್ದಾರಿ ಎನ್ನುವಂತೆ ವರ್ತಿಸುತ್ತಿದ್ದುದಷ್ಟೇ ನನ್ನಲ್ಲಿ ಆದ ಬದಲಾವಣೆ. ಆದರೆ ಅವಳು ಪ್ರತೀ ದಿನ ಸುಸ್ತು, ಸಂಕಟ ಎಲ್ಲವನ್ನೂ ತನ್ನ ಮುಗುಳ್ನಗುವಿನ ಲೇಪನದೊಳಗೆ ಅಡಗಿಸಿಟ್ಟುಕೊಳ್ಳುತ್ತಾ ಹೋದಳು. ಮುಂದೊಂದು ದಿನ ಅವಳ ಹೊಟ್ಟೆಯೊಳಗೆ ಎರಡು ಪಾದಗಳು ಸ್ಪಷ್ಟವಾಗಿ ಕಾಣುತ್ತಿತ್ತು. ಕೈಯಿಟ್ಟರೆ ಒದ್ದು.. 'ಕಾಣದ ಕಡಲಿನ ಮೊರೆತದ ಜೋಗುಳ'ದ ಅನುಭವ ನೀಡುತ್ತಿತ್ತು. ಆಗಸದಲ್ಲಿ ತುಂಬು ಚಂದ್ರಮನಿದ್ದ ಒಂದು ದಿನ ಅವಳೊಂದಿಗೆ ಮೂರನೆಯ ಜೀವವನ್ನು ಬರಮಾಡಿಕೊಳ್ಳಲು ಅವಳ ತವರ ಸೇರಿಕೊಂಡೆವು.

ಇನ್ನೇನು ಹೆರಿಗೆ ಕೋಣೆಗೆ ಹೋಗಲು ನಿಮಿಷವಿರುವಾಗ ಅವಳು ನನ್ನ ಹುಡುಕಿ ಬಂದವಳೇ 'ಏಯ್ ಹೆದರ್ಕೋಬೇಡ, ಎರಡು ನಿಮಿಷ ಅಷ್ಟೇ..' ಅಂದವಳೇ ಔಷಧದ ಕಟು ಘಮವಿದ್ದ ಕೋಣೆಯೊಳಗೆ ಸೇರಿಹೋದಳು. ಸ್ವಲ್ಪ ಹೊತ್ತಿನೊಳಗೇ

ದೇವಲೋಕದಿಂದ ಒಂದು ಹೂ ನನ್ನನ್ನೇ ಹುಡುಕುತ್ತಾ ಬಂತೇನೋ ಎನ್ನುವಂತೆ ನನ್ನ ಅಂಗೈಯೊಳಗೆ 'ಕಿನ್ನರಿ' ಎಂಬ ಗುಬ್ಬಚ್ಚಿಯಿತ್ತು. ನಾನೂ, ಅವಳು, ಕಿನ್ನರಿ ಎಂಬ ಗುಬ್ಬಚ್ಚಿಯೂ.. ಜೊತೆ ಜೊತೆಯಾಗಿಯೇ ಬಾಣಂತನದ ಲೋಕದೊಳಗೆ ಈಜಾಡಿದ ರೀತಿ ಇದು.

ನನಗೆ ಗೊತ್ತಾಗಿದ್ದು ಅಷ್ಟೇ...

ಹಾಗಾಗಿಯೇ ನನಗೂ ಕುತೂಹಲವಿತ್ತು. ಮಗು ಹುಟ್ಟುವ ಬಗ್ಗೆ, ಹುಟ್ಟಿದ ನಂತರ ಮುಂದೇನು ಎನ್ನುವುದರ ಬಗ್ಗೆ ಹೀಗೆ ಕೋಣೆಯೊಳಗೆ ನಗು ನಗುತ್ತ ನಾದದ ನದಿಯಂತೆ ನಡೆದುಹೋದ ಅವಳು ಮಗು ಹುಟ್ಟಿದ ನಂತರ ನೋವಿನ ಆಲಾಪ ಹೊರಡಿಸುತ್ತಿದ್ದುದು ಇನ್ನೂ ನನ್ನ ಕಿವಿಯೊಳಗೆ ಗುಂಯ್ ಗುಟ್ಟುತ್ತಿದೆ.

ಅಂತಹ ಇನ್ನೊಂದು ಜೋಡಿಯ ನೋವು, ನಲಿವಿನ ಆಲಾಪವೇ ಈ 'ಬಾಳಂತಿ ಪುರಾಣ'.

'ಅಪ್ಪ, ಮಗು ಹುಟ್ಟೋದು ಹೇಗೆ?' ಎನ್ನುವ ಪ್ರಶ್ನೆಯೊಂದು ಕರ್ನಾಟಕ ರಾಜ್ಯ ವಿಜ್ಞಾನ ಪರಿಷತ್ತು ಹೊರತಂದ ಪುಸ್ತಕದಲ್ಲಿತ್ತು. ಮಕ್ಕಳಿಗೆ ವಿಜ್ಞಾನ ಲೋಕದ ಕೌತುಕವನ್ನು ಹಂಚಲು ಹೊರತಂದ ಪುಸ್ತಕ ಅದು. ಒಂದು ಜೀವ ಕಣ್ಣು, ಮೂಗು ಲೇಪಿಸಿಕೊಂಡು ಹೊರ ಜಿಗಿಯುವ, ಬೆಳೆಯುವ ಕೌತುಕವನ್ನು ನಾವು ಒಂದು ಗುಟ್ಟಾಗಿ ಉಳಿಸಿಬಿಟ್ಟಿರುವುದು ಏಕೆ ಎನ್ನುವ ಅಂಶ ನನ್ನನ್ನು ಕಾಡುತ್ತಲೇ ಇತ್ತು. ಜೀವ ವಿಜ್ಞಾನದ ಒಂದು ಮಹತ್ತರ ಬೆಳವಣಿಗೆಯನ್ನು ಕತ್ತಲೆಯ ಕೋಣೆಯಲ್ಲಿ ಕೂಡಿ ಹಾಕಿಬಿಟ್ಟಿದ್ದೆವು. ಅಂತಹ ಅಪರಿಚಿತ ಕತ್ತಲ ಲೋಕದ ಪರದೆಯನ್ನು ಶ್ರೀಕಲಾ ಡಿ ಎಸ್ ಸರಿಸಿದ್ದಾರೆ.

ಅನುಪಮಾ ನಿರಂಜನ ಅವರು ಇಂದಿಗೂ ನಮ್ಮ ನೆನಪಿನಲ್ಲುಳಿದಿರುವುದಕ್ಕೆ ಅವರು ಬರೆದ ಸಾಹಿತ್ಯ ಒಂದು ತೂಕವಾದರೆ ಅಷ್ಟೇ ತೂಕ ಅವರ 'ಕೇಳು ಕಿಶೋರಿ' , 'ತಾಯಿ ಮಗು' ಎನ್ನುವ ಕೃತಿಗೂ ಇದೆ. ಋತುಸ್ರಾವದಿಂದ ಹಿಡಿದು ಬಾಣಂತನದವರೆಗೆ ಎಲ್ಲವೂ ಪಿಸುಮಾತುಗಳಾಗಿದ್ದಾಗ ವೈಜ್ಞಾನಿಕವಾಗಿ ಅದನ್ನು ಬರೆದು ಒಂದು ತಲೆಮಾರಿಗೆ ಧೈರ್ಯ ಕೊಟ್ಟವರು ಡಾ ಅನುಪಮಾ ನಿರಂಜನ. ಹಾಗೆಯೇ ಶ್ರೀಕಲಾ ಡಿ ಎಸ್ ಅವರೂ ಸಹಾ ನಾಳೆಯ ದಿನಕ್ಕೂ ಸಲ್ಲುವ, ನೆನಪಿಸಿಕೊಳ್ಳುವ ಕೃತಿಯನ್ನು ನಮ್ಮ ಕೈಗಿಟ್ಟಿದ್ದಾರೆ.

ಪತ್ರಕರ್ತೆಯಾಗಿ, ನೃತ್ಯಗಾತಿಯಾಗಿ ಹೆಸರು ಮಾಡಿದ ಶ್ರೀಕಲಾ ಈ 'ಬಾಳಂತಿ ಪುರಾಣ'ದ ಮೂಲಕ ಇನ್ನೂ ಒಂದು ಹೆಜ್ಜೆ ಮುಂದೆ ಹೋಗಿದ್ದಾರೆ. ಐ ಟಿ –ಬಿ ಟಿ ಯು ಕಾಲದಲ್ಲಿದ್ದರೂ, ಕ್ಷಣಮಾತ್ರಕ್ಕೆ ಜಗತ್ತಿನ ಅನೇಕ ಸಂಗತಿಗಳನ್ನು ಎಳೆದುಕೊಂಡು

ಅಂಗೈಯೊಳಗೆ ಕೂರಿಸಿಕೊಳ್ಳುವ ಅವಕಾಶವಿದ್ದರೂ ಹೆಣ್ಣಿನ ಲೋಕ ಮಾತ್ರ ಅರಿವಿನ ಪರಿಧಿಯಿಂದ ಆಚೆಯೇ ಕೂರಿಸಲಾಗಿದೆ. ಆ ಕಾರಣಕ್ಕಾಗಿಯೇ ಶ್ರೀಕಲಾ ಅವರ ಈ ಹೆಜ್ಜೆಗೆ ಮಹತ್ವದ ತೂಕವಿದೆ.

ಶ್ರೀಕಲಾ ಅವರ ಬರಹದಲ್ಲಿ ತುಂಟತನವಿದೆ. ಹೇಳುವುದರಲ್ಲಿ ಸ್ಪಷ್ಟತೆ ಇದೆ. ಆ ಕಾರಣಕ್ಕಾಗಿಯೇ ಈ ಕೃತಿ ಬಾಣಂತನದ ಅರಿವು ಮೂಡಿಸುವ ಒಂದೇ ಕೆಲಸವನ್ನು ನಿರ್ವಹಿಸುತ್ತಿಲ್ಲ. ಲವಲವಿಕೆಯ ಹುಡುಗಿಯೊಬ್ಬಳು ತನ್ನ ಬಾಣಂತನದ ಬರಹಕ್ಕೂ ಅಷ್ಟೇ ಲವಲವಿಕೆಯ ಆಯಾಮ ನೀಡಿದ್ದಾಳೆ. ಶ್ರೀಕಲಾ ಫೇಸ್ ಬುಕ್ ನಲ್ಲಿ ತನ್ನ ಬಾಳಂತನದ ಎರಡು ಬರಹ ಏರಿಸಿದಾಗಲೇ ನನಗೆ ಇದು ನಾವೇ ಪ್ರಕಟಿಸಬೇಕಾದ ಕೃತಿ ಅನಿಸಿಬಿಟ್ಟಿತು. ಅದಕ್ಕೆ ಕಾರಣ ಹಾಗೇನಾದರೂ ನಾವು ಹೆರಿಗೆಯ ಬಗ್ಗೆ ಪುಸ್ತಕ ತರದೇ ಹೋದಲ್ಲಿ ಈ ಕಾಲದ ನೆಟಿಜನ್ ಗಳು ಮಗುವನ್ನೂ ಸಹಾ ಯಾವುದೇ ಆಪ್ ನಿಂದ ಡೌನ್ ಲೋಡ್ ಮಾಡಿಕೊಳ್ಳಬಹುದು ಎಂದೇ ನಂಬಿಬಿಡುವ ಅಪಾಯವಿದೆ ಎಂದು ಗೊತ್ತಿತ್ತು.

ಇರಲಿ, 'ಅಕದಾಸ ದಂಪತಿ' ಎಂದೇ ಹೆಸರಾದ ಗಣಪತಿ ಭಟ್ ಮತ್ತು ಮಹಾಂಕಾಳಮ್ಮ ಜೋಡಿ ಮಲೆನಾಡ ಭಾಗದಲ್ಲಿತ್ತು. ಆ ಕಾಲಕ್ಕೆ ನೂರಕ್ಕೂ ವಿಧವೆಯರ ಮರುವಿವಾಹಕ್ಕೆ ದುಡಿದ ಜೀವಗಳು ಅವು. ಒಂದು ಮಹತ್ತರ ಆಂದೋಲನ ರೂಪಿಸಿದವರು. ಅಂತಹ ದಂಪತಿಗಳ ಬಗ್ಗೆ ಬರೆದ, ಅವರ ಹಾದಿಯಲ್ಲೇ ನಡೆದವರು ಲಕ್ಷ್ಮೀನಾರಾಯಣ ಹೆಗಡೆ ಕಲಗಾರು. ಅವರ ಕಾರಣವಾಗಿ ಅವರ ಮಗ ವಿನಾಯಕ ಭಟ್ ಕಲಗಾರು, ಸೊಸೆ ಶ್ರೀಕಲಾ ಹೀಗೆ ಈ ಕೃತಿಯಲ್ಲಿ ಪ್ರಸ್ತಾಪಿಸಿರುವ ಹತ್ತೂ ಸಮಸ್ತರ ಜೊತೆ ನಂಟು ಬೆಸೆಯಲು ಕಾರಣವಾಯಿತು. ಹೀಗೆ ಎರಡೂ ಕಡೆಯ ಕುಟುಂಬಗಳ ಜೊತೆಗಿನ ಆತ್ಮೀಯತೆಯೇ ಈ ಕೃತಿಯನ್ನು ಬರೆದು ಕೊಡಲೇಬೇಕು ಎಂದು ಶ್ರೀಕಲಾರನ್ನು ಒತ್ತಾಯ ಮಾಡುವ ಹಕ್ಕನ್ನು ನನಗೆ ನೀಡಿಬಿಟ್ಟಿತ್ತು.

ಸಾರ್ಥಕ, ಸಂಪನ್ನನ ನಂತರದ ಕೂಸು ಇದು. ದೇಹಕ್ಕೆ ಬಳಲಿಕೆ ನೀಡದ, ಆದರೆ ಮಾನಸಿಕವಾಗು ಸಾಕಷ್ಟು ಸುಸ್ತು ಮಾಡಿ ಹಾಕಿದ ಕೂಸು. ಈ ಕೃತಿಯೂ ಸಂಪನ್ನವಾಗಲಿ ಎನ್ನುವ ಆಶಯದೊಂದಿಗೆ 'ಅತ್ತಾರ ಅಳಲವ್ವ ಈ ಕೂಸು ನನಗಿರಲಿ, ಕೆಟ್ಟರೇ ಕೆಡಲಿ ಮನೆಗೆಲಸ.. ಎಂದ ಅದೆಷ್ಟೋ ತಾಯಂದಿರ ಆ ಒಡಲ ಪ್ರೀತಿಗೆ ಇದು 'ಬಹುರೂಪಿ'ಯ ಪುಟ್ಟ ಕಾಣಿಕೆ.

ಜಿ ಎನ್ ಮೋಹನ್

ಕಾಯಕ್ಕೆ ಮಾತ್ರವಲ್ಲ, ಭಾವಕ್ಕೂ ಜೀವ
ತುಂಬಿದ
ಅಮ್ಮ ಅಪ್ಪನಿಗೆ
ಈ
ಬಾಳಂತಿ ಪುರಾಣ

ಹೇಳಬೇಕಿದನ್ನು...

'ಮುಂದೆಲ್ಲೋ ಆಗಬಹುದು ಮತ್ತು ಆಗಬೇಕು' ಎಂಬ ನಿರೀಕ್ಷೆಯ ಕನಸು ಹೊತ್ತು ಓಡಾಡಿಕೊಂಡಿರುವಾಗ ಕಣ್ಣೆದುರೇ ಧುತ್ತೆಂದು ಆ ಕನಸು ಮೂಡಿಬಿಟ್ಟರೆ?! ನನ್ನನ್ನು ಖುಷಿಯ ಉತ್ತುಂಗಕ್ಕೇರಿಸಿದ ಅನಿರೀಕ್ಷಿತ ಕನಸು ಈ ಪುಸ್ತಕ.

ಎರಡನೆಯ ಬಾಣಂತನದಲ್ಲಿ ಅಜ್ಜಿ ಮಾಡುವ ಅಷ್ಟೂ ಔಷಧಗಳನ್ನು, ಆಹಾರಕ್ರಮಗಳನ್ನು ಬರೆದಿಟ್ಟುಕೊಳ್ಳಬೇಕೆಂದು ಅಂದುಕೊಂಡಿದ್ದೆ. ಆದರೆ ಬಾಣಂತನ ಶುರುವಾದಂತೆ ಔಷಧಗಳನ್ನು ಹೊರತಾದ ಎಷ್ಟೊಂದು ವಿಶೇಷವಾದ, ಈ ಅವಧಿ ಮುಗಿದ ಮೇಲೆ ಮರೆತೇ ಹೋಗುವ ವಿಚಾರಗಳಿವೆಯಲ್ಲ ಎನಿಸತೊಡಗಿತ್ತು. ಹಾಗಾಗಿ ನನ್ನನ್ನು ಸೆಳೆದ ವಿಚಾರಗಳನ್ನು ಪಾಯಿಂಟ್ ಮಾಡಿಕೊಳ್ಳುತ್ತಾ ಬಂದೆ. ಬಾಣಂತನ ಮುಗಿದು ಒಂದು ವರ್ಷ ಕಳೆದರೂ ಇವತ್ತು–ನಾಳೆ ಬರೆಯುತ್ತೇನೆ ಎಂದುಕೊಂಡವಳಿಗೆ ಎರಡು ಮಕ್ಕಳ ನೋಡಿಕೊಳ್ಳುವ ನೆಪ ಮತ್ತು ಸಣ್ಣ ಸೋಮಾರಿತನ ಜೊತೆಯಾಗಿತ್ತು. ಪಾಯಿಂಟ್‌ಗಳು ಪುಸ್ತಕದಲ್ಲೇ ಉಳಿದು ಬಿಡುವ ಆತಂಕದಿಂದ ದೂರಾಗುವುದಕ್ಕೆ ಬರೆಯಲು ಕೂತವಳು, ಅವನ್ನೆಲ್ಲಾ ಫೇಸ್‌ಬುಕ್‌ನಲ್ಲಿ ಪೋಸ್ಟ್ ಮಾಡಲಾರಂಭಿಸಿದೆ. ಸರಣಿಯ ಮೂರು ಲೇಖನಗಳನ್ನಷ್ಟೇ ಪೋಸ್ಟ್ ಮಾಡಿದ್ದಾಗ ಇದು ಪುಸ್ತಕವಾದೀತು ಎಂದು ನಂಬಿದ್ದು 'ಬಹುರೂಪಿ' ಪ್ರಕಾಶನದ ರೂವಾರಿ ಜಿ.ಎನ್.ಮೋಹನ್. ಗೀಚು ಟಿಪ್ಪಣಿಗಳು ಪುಸ್ತಕವಾದೀತು ಎಂಬ ಕಲ್ಪನೆಯೇ ರೋಮಾಂಚನ ಹುಟ್ಟಿಸಿತ್ತು. ಮೊದಲ ಪುಸ್ತಕವೆಂದರೆ ಹೀಗೆಲ್ಲ ಆಗಲೇಬೇಕಲ್ಲ!

ವೈಜ್ಞಾನಿಕವೆನಿಸಿದ ವಿಚಾರವೊಂದು ನಂಬುಗೆಯಾಗಿಯೂ, ನಂಬುಗೆಯೊಂದು ವಿಜ್ಞಾನವೆಂದೂ ಬದಲಾಗುವ ಪ್ರಪಂಚದಲ್ಲಿ ಹೊಸದಕ್ಕೆ 'ಮಾಡರ್ನ್' ಎಂದು ಹೆಸರಿಟ್ಟು ಅದನ್ನೇ ಅನುಸರಿಸುವ ಮಂದಿ ಬಹಳ. ಬಾಳಂತಿ-ಶಿಶುವಿನ ಆರೈಕೆಯೂ ಇಂತಹ ಹೊಸತನದಿಂದ ಹೊರತಲ್ಲ. ಹಳಬರು ವೈಜ್ಞಾನಿಕ ತಳಹದಿಯ ಮೇಲೆಯೇ ಬಹಳಷ್ಟು ಸಂಪ್ರದಾಯ, ಆಹಾರಕ್ರಮ, ಔಷಧಗಳನ್ನು ರೂಪಿಸಿದ್ದರೂ ಮಾಡರ್ನ್ ಮನಸ್ಸು ಸುಲಭವಾಗಿ ಒಪ್ಪಿಕೊಳ್ಳುವುದಿಲ್ಲ. ವೈಜ್ಞಾನಿಕ ವಿವರಣೆಯನ್ನು ಕೊಡಲು ಅವರು ಸೋತ ಮಾತ್ರಕ್ಕೆ ಹಳೆಯದು ಸತ್ವಹೀನವಲ್ಲ. ಕೆಲವೊಂದು ಸಂಪ್ರದಾಯಗಳು ಶುರುವಾದಾಗ ಒಂದು ಕ್ರಮದಲ್ಲಿದ್ದು ಕಾಲಕಾಲಕ್ಕೆ ಬದಲಾವಣೆಗೆ ಒಡ್ಡಿಕೊಳ್ಳುತ್ತಾ ಈಗ ಇನ್ನೇನೋ ಆಗಿ ಉಳಿದ ಮಾತ್ರಕ್ಕೆ ಎಲ್ಲವೂ ಗೊಡ್ಡು ಎನ್ನಲಾಗದು.

ಬಾಳಂತಿ–ಶಿಶುವಿನ ಆರೈಕೆಯೇ ಒಂದು ಕಲೆ. ಊರಮನೆಗಳಲ್ಲಿ ಬಾಣಂತನದಲ್ಲಿ ಸಿದ್ಧಿ ಪಡೆದ ಅಜ್ಜಿಯರಿದ್ದಾರೆ. ಬಾಣಂತನದ ಅವಧಿಯಲ್ಲಿ ಎದುರಾಗುವ ಬಹುತೇಕ ಸಮಸ್ಯೆಗಳಿಗೆ ಔಷಧ ತಿಳಿದಿರುವ ಇವರೆಲ್ಲಾ ಮಿನಿ ವೈದ್ಯರೇ. ಅಂಥದ್ದೇ ಅಜ್ಜಿ ನನಗೆ ಸಿಕ್ಕಿದ್ದು ಪುಣ್ಯ. ನನ್ನ ಅತ್ತೆಯ ಅಮ್ಮನಾದ ಅರಲಗೋಡಿನ ಗೌರಮ್ಮ ಎನ್.ಭಟ್ ಬಾಣಂತನ ಮಾಡದಿದ್ದರೆ ಈ ಸರಣಿಯೇ ಹುಟ್ಟುತ್ತಿರಲಿಲ್ಲ. ಈ ಪುಸ್ತಕದ ಹೀರೋಯಿನ್ ಆಗಿ ಎಲ್ಲಾ ಭಾಗಗಳಲ್ಲಿ ತುಂಬಿಕೊಂಡಿರುವ ಅವರಿಗೆ ಧನ್ಯವಾದವೇ ಸಣ್ಣ ಪದ.

ಬಾಣಂತನದ ಪ್ರತಿ ಹಂತದಲ್ಲಿ ಜೊತೆಗಿದ್ದವರು ಅತ್ತೆ ಕನ್ಯಾಕುಮಾರಿ ಹೆಗಡೆ. ಅಜ್ಜಿಯ ಆರೈಕೆಗೆ ಸಂಪೂರ್ಣ ಸಹಕಾರ ಕೊಡುತ್ತಾ, ಬಾಣಂತನಕ್ಕೆ ಅವಶ್ಯಕವಾದ ವಸ್ತುಗಳನ್ನು ಒದಗಿಸುವುದರ ಜೊತೆಗೆ ಮಾನಸಿಕವಾಗಿ ಸದಾ ಹತ್ತಿರವಿರುವವರು. ಚಿಕ್ಕತ್ತೆ ಉಷಾ ಸೋಮಶೇಖರ್ ಮತ್ತೊಬ್ಬ ಮಿನಿ ಡಾಕ್ಟರ್. ಬಾಳಂತಿ ಲೇಹ ತಯಾರಿಸುವುದರಿಂದ ತೊಡಗಿ ಅಜ್ಜಿಗೆ ಮರೆತ ಔಷಧಗಳನ್ನು ನೆನಪಿಸುವ ಜೊತೆಗೆ ಈ ಬರಹಗಳ ಬರೆಯುವಾಗ ಬಂದ ನನ್ನೆಲ್ಲಾ ಸಂದೇಹಗಳಿಗೆ ಉತ್ತರಿಸಿದವರು. ಬಾಳಂತಿಯ ಕೆಂಡಕಾಸುವ ಕಂಬಳಿ ಹೊಸದೇ ಇರಲಿ ಎಂದು ತಂದುಕೊಟ್ಟಿದ್ದು ಮಾವ ಲಕ್ಷ್ಮೀನಾರಾಯಣ ಹೆಗಡೆ. ದೇಶ ಸುತ್ತಿ–ಕೋಶ ಓದುವುದನ್ನು ತಾವು ಮಾಡುವುದಲ್ಲದೆ, ಜೊತೆಗಿದ್ದವರಿಗೂ ಕಲಿಸುವ ಗುಣವಿರುವ ಇವರು ಉತ್ತಮ ಪುಸ್ತಕದ ಓದಿಗೆ ಹಚ್ಚುತ್ತಿರುತ್ತಾರೆ. ಈ ಮೂವರು ನನ್ನವರಾಗಿ ಸಿಕ್ಕಿದ್ದೇ ಭಾಗ್ಯ.

ಅಪ್ಪ–ಅಮ್ಮ ನನ್ನನ್ನು ರೂಪಿಸಿದ ಜೀವಗಳು. ಐದನೇ ವರ್ಷಕ್ಕೆ ಭರತನಾಟ್ಯಕ್ಕೆ ಸೇರಿಸಿದ್ದು ಅಮ್ಮ ನಟೇಶ್ವರಿ ಡಿ.ಎಸ್. ವಿದ್ಯಾರ್ಥಿಗಳು ಹೆಚ್ಚಿಲ್ಲ ಎಂಬ ಕಾರಣಕ್ಕೆ ಸಂಗೀತ, ನೃತ್ಯದ ಗುರುಗಳೇ ಕ್ಲಾಸ್ ನಿಲ್ಲಿಸುತ್ತಿದ್ದರು. ಆದರೆ ಮಗಳು ಈ ಕಲೆಗಳ ಕಲಿಯಬೇಕು ಎಂದು ಗುರುಗಳು ಎಷ್ಟೇ ದೂರವಿದ್ದರೂ ಬಿಡದೆ ಭರತನಾಟ್ಯಕ್ಕೆ

ಹಚ್ಚಿದ್ದಳು. ಕಲೆಯೊಂದು ಬದುಕಿನೊಳಗೆ ಬೆಸೆದು ಸಹಕರಿಸುವ ರೀತಿ ಅನನ್ಯ. ಕಲೆಯ ಮೋಹಕ್ಕೆ ಸಿಲುಕಿಸಿದ ಅಮ್ಮನಿಗೆ ಅಪ್ಪುಗೆ. ಚಿಕ್ಕಂದಿನಿಂದಲೇ ಓದುವ ಹುಚ್ಚು ಹತ್ತಿಸಿದ್ದು ಅಪ್ಪ ಶ್ರೀಧರ ಡಿ.ಎಸ್. ಬಾಲಮಂಗಳ, ಚಂದಮಾಮದಿಂದ ಶುರುವಾದದ್ದು ತರಂಗ, ಸುಧಾದಿಂದ ತೇಜಸ್ವಿಯನ್ನು ತಲುಪಿ ಭೈರಪ್ಪ, ಕಾರಂತರವರೆಗೆ ಮುಟ್ಟಲು ಅಪ್ಪನ ಪುಸ್ತಕ ಪ್ರೀತಿ ಕಾರಣ. ಸ್ವತಃ ಯಕ್ಷಗಾನ ಅರ್ಥಧಾರಿ, ಲೇಖಕ, ಕಾದಂಬರಿಕಾರರಾದ ಅಪ್ಪ ನನಗೆ ಪಿಯುಸಿಯಲ್ಲಿ ಕನ್ನಡ ಮೇಷ್ಟ್ರೂ ಆಗಿದ್ದ. ಇಲ್ಲೀ ತನಕ ನಾನು ಕೇಳಿದ ಏನನ್ನೂ ಇಲ್ಲ ಎಂದಿಲ್ಲದ ಇಂತಹ ಅಪ್ಪ ಎಲ್ಲರಿಗೂ ಸಿಗಲಿ.

ಅಪ್ಪ ಓದಿಗೆ ಹಚ್ಚಿದರೆ ನನ್ನಣ್ಣ ಶ್ರೀನಿಧಿ ಡಿ.ಎಸ್. ಬರವಣಿಗೆಗೆ ದೂಡಿದ. ಮೊದಲ ಬಾಲಿಶ ಕವನಗಳನ್ನು ಹೊಗಳಿ, ಸೋಮಾರಿತನ ಕಾಡಿದಾಗೆಲ್ಲಾ ಬಯ್ದು ಮತ್ತೆ ಬರೆಸಿ, ಬರೆಯುವುದು ಖಚಿತಗೊಳ್ಳುತ್ತಲೇ ಕಠಿಣ ವಿಮರ್ಶಕನಾಗುತ್ತಾ ಹೋದ. ಪತ್ರಿಕೋದ್ಯಮವನ್ನೇ ಪದವಿಯಲ್ಲಿ ಓದಬೇಕೆಂದು ಹೇಳಿದ್ದು ಅವನೇ. ಇಲ್ಲಿರುವ ಬರಹಗಳ ಜೊತೆಗೆ ಈಗಲೂ ನನ್ನೆಲ್ಲಾ ಬರಹಗಳ ಕಟು ವಿಮರ್ಶಕ. ಸ್ನೇಹಿತೆಯಂತಿರುವ ಅತ್ತಿಗೆ ಅಂಜಲಿ ಹೆಗಡೆ ಈ ಪುಸ್ತಕದ ಅಷ್ಟೂ ಬರಹಗಳನ್ನು ಓದಿ, ತಪ್ಪು-ಸರಿಗಳನ್ನು ವಿಮರ್ಶಿಸಿ ತಿದ್ದಿದ್ದಾಳೆ. ಅಣ್ಣ-ಅತ್ತಿಗೆ ಇಬ್ಬರಿಗೂ ನಾನು ಆಭಾರಿ.

ದೊಡ್ಡ ಮಗ ಸಾರ್ಥಕನ ಪ್ರಶ್ನೆಗಳು ನಾನು ಗೂಗಲ್ ಸರ್ಚ್ ಮಾಡುವಂತೆಯೂ, ತಿಳಿದದ್ದು ಸಾಲದು ಎಂಬುದನ್ನೂ ಕಲಿಸುತ್ತಿರುತ್ತದೆ. ಜ್ಞಾನದಾಹವನ್ನು ಇಂಗಿಸದ ಅವನ ಪ್ರಶ್ನೆಗಳಿಂದ ಕಲಿಕೆ ನಿತ್ಯ ನಿರಂತರ. ಸಂಪನ್ನನ ಹುಟ್ಟೇ ಈ ಪುಸ್ತಕದ ಹುಟ್ಟಿಗೂ ಕಾರಣ. ನಾನು ಸದಾ ಕ್ರಿಯಾಶೀಲವಾಗಿರುವುದಕ್ಕೆ ಕಾರಣರಾಗಿರುವ ಇವರಿಗೆ ಒಲವಿನಪ್ಪುಗೆ. ಕಿರುತೆರೆ, ಹಿರಿತೆರೆ ಬರಹಗಾರರಾದ ನನ್ನ ಪತಿ ವಿನಾಯಕರಾಮ್ ಕಲಗಾರು 'ಹಾರ್ಡ್‌ವರ್ಕ್' ಎಂಬ ಪದಕ್ಕೆ ಅನ್ವರ್ಥವಾಗಿ ಇರುವವರು. ನನ್ನೆಲ್ಲಾ ಹವ್ಯಾಸಗಳು ಬೆಳೆಯಲು ಅವರ ಪ್ರೋತ್ಸಾಹ ದೊಡ್ಡದು. ಮಾಡಿದ ಚಿತ್ರಾನ್ನಕ್ಕೆ ನಾಲ್ಕು ಶೇಂಗಾಬೀಜ ಹೆಚ್ಚಿಗೆ ಹಾಕಿದರೆ ಅವರಿಗೆ ಧನ್ಯವಾದ ಹೇಳಿದಂತೇ!

ಈ ಬರಹಗಳನ್ನು ಪುಸ್ತಕವಾಗಿಸುವ ಮೂಲಕ ನನ್ನ ಕನಸನ್ನು ಧುತ್ತನೆ ಕಣ್ಣೆದುರು ಸೃಷ್ಟಿಸಿದ ಜಿ.ಎನ್.ಮೋಹನ್ ಅವರಿಗೆ ಚಿರಋಣಿ. ಫೇಸ್‌ಬುಕ್‌ನಲ್ಲಿ ಈ ಸರಣಿಯನ್ನು ಓದಿ ಇನ್ನಷ್ಟು ಬರೆಯಲು ಹುರಿದುಂಬಿಸಿದ ಎಲ್ಲಾ ಸ್ನೇಹಿತರಿಗೆ ಥ್ಯಾಂಕ್ಸ್. ಮೊದಲ ಬಾಣಂತನ ಮಾಡಿದ್ದ ಐತುಮನೆಯ ಸರಸ್ವತಿ ದೊಡ್ಡಮ್ಮ, ಬಾಣಂತನದ ಅವಧಿಯಲ್ಲಿ ಗಿಡಮೂಲಿಕೆಗಳನ್ನು ಒದಗಿಸಿದ ಭಾರತತ್ತೆ, ಲಲಿತತ್ತೆ ಮತ್ತು ಈ ಬರಹಗಳ ರಚನೆಯ ಸಂದರ್ಭ ಸಹಕರಿಸಿದ ಎಲ್ಲಾ ಸಂಬಂಧಿಕರು ಮತ್ತು ಸನ್ಮಿತ್ರರಿಗೆ ವಂದನೆಗಳು.

ಶ್ರೀಕಲಾ ಡಿ.ಎಸ್

ನಾನು ಬಾಳಂತಿಯಾದದ್ದು

ಆವತ್ತು ಆಗಸ್ಟ್ 2, 2017. ಒಂಭತ್ತನೇ ತಿಂಗಳು ಶುರುವಾಗಿದ್ದ ತುಂಬು ಗರ್ಭಿಣಿ ನಾನು. ಆ ದಿನ ರಾತ್ರಿ ಹನ್ನೊಂದು ಗಂಟೆಗೆ ಬೆಂಗಳೂರಿನಿಂದ ರೈಲಿನಲ್ಲಿ ಹೊರಟು 400 ಕಿ.ಮೀ. ದೂರದ ಶಿವಮೊಗ್ಗದ ಸಮೀಪವಿರುವ ತಾಳಗುಪ್ಪಕ್ಕೆ ನಾನು, ಅತ್ತೆ ಹೋಗುವುದೆಂದು ಮೊದಲೇ ನಿರ್ಧಾರವಾಗಿತ್ತು. ತಾಳಗುಪ್ಪದ ಹತ್ತಿರವೇ ಸಾಗರ ಎಂಬ ಪುಟ್ಟ ನಗರವಿದೆ. ಈ ಬಾರಿ ಅಲ್ಲಿನ ಆಸ್ಪತ್ರೆಯಲ್ಲೇ ಡೆಲಿವರಿ ಎಂದು ನಿಶ್ಚಯಿಸಲಾಗಿತ್ತು. ಆಗಸ್ಟ್ 26ನೇ ತಾರೀಕಿಗೆ ಡೆಲಿವರಿ ಡೇಟ್ ಕೊಟ್ಟಿದ್ದರು. ಎಷ್ಟೇ ಸಾವಕಾಶವಾಗಿ ಹೋದರೂ ಅಷ್ಟು ದೂರದ ಕಾರಿನ ಪ್ರಯಾಣ ಈ ಸಮಯದಲ್ಲಿ ಬೇಡ ಎಂದು ತೀವ್ರವಾಗಿ ಅನ್ನಿಸಿದ್ದರಿಂದ, ರೈಲಿನಲ್ಲಿ ಶೌಚದ ಅನುಕೂಲಗಳೂ ಇರುವ ಕಾರಣ ರೈಲಿನಲ್ಲೇ ಹೊರಡುವುದೆಂದಾಗಿತ್ತು. ಮರುದಿನ ಬೆಳಿಗ್ಗೆಯೇ ಕಾರಿನಲ್ಲಿ ಹೊರಡುವ ನನ್ನ ಯಜಮಾನರು ಎಲ್ಲಾ ಲಗೇಜ್‌ಗಳನ್ನು ತರುವುದರ ಜೊತೆಗೆ ಏಳರ ಮಗ ಸಾರ್ಥಕ ಕೂಡಾ ಕಾರಿನಲ್ಲೇ ಬರುವುದೆಂದಾಗಿತ್ತು.

ರಾತ್ರಿಯೇ ರೈಲಿನಲ್ಲಿ ಹೊರಡುತ್ತೇನೆ ಎಂಬ ವಿಚಾರವನ್ನು ಸಾರ್ಥಕನಿಗೆ ಹೇಳಿರಲಿಲ್ಲ. ಹೇಳಿದರೆ ದೊಡ್ಡ ರಂಪವಾಗುವುದರಲ್ಲಿ ಡೌಟೇ ಇಲ್ಲದ ಕಾರಣ ಎಲ್ಲರೂ ಒಟ್ಟಾಗಿ ನಾಳೆ ಬೆಳಿಗ್ಗೆ ಹೊರಡುವುದು ಎಂದಿದ್ದೆ. ಊಟವಾದ ನಂತರ ಅವನನ್ನು ತಟ್ಟಿ ಮಲಗಿಸಿ, ಹೇಳದೆ ಹೊರಟದ್ದಕ್ಕೆ ಕೊಂಚ ಪಶ್ಚಾತ್ತಾಪ ಪಟ್ಟು, ನಾಳೆ ಹೇಗಿದ್ದರೂ ಅವನೂ ಮಧ್ಯಾಹ್ನದ ಒಳಗೆ ತಾಳಗುಪ್ಪ ತಲುಪುತ್ತಾನಲ್ಲ ಎಂದು ಸಮಾಧಾನ ಮಾಡಿಕೊಂಡು ರೈಲು ಹಿಡಿಯಲು ಮೆಜೆಸ್ಟಿಕ್‌ಗೆ ಹೋದೆವು. ಈ ಒಂಭತ್ತನೇ ತಿಂಗಳಲ್ಲಿ ಪದೇ ಪದೇ ಮೂತ್ರಕ್ಕೆ ಹೋಗುವಂತಾಗುತ್ತಿರುತ್ತದೆ. ಭ್ರೂಣ ಸಂಪೂರ್ಣವಾಗಿ

ಬೆಳೆದು ಹೊಟ್ಟೆಯನ್ನು ಒತ್ತುವರಿ ಮಾಡಿಕೊಂಡಿರುವ ಸಮಯದಲ್ಲಿ ಬೆಳೆಯುತ್ತಿರುವ ಗರ್ಭಕೋಶದ ಒತ್ತಡ ಮೂತ್ರಕೋಶದ ಮೇಲೆ ಬಿದ್ದಾಗ ಹೀಗಾಗುತ್ತದೆ. ರಕ್ತದ ಹರಿವು ಹೆಚ್ಚಾಗುವುದು ಕೂಡಾ ಇನ್ನೊಂದು ಬಹುಮುಖ್ಯ ಕಾರಣ. ರೈಲ್ವೇ ಸ್ಟೇಶನ್‌ನಲ್ಲಿ ಕಾಯುತ್ತಿದ್ದ ವೇಳೆ ಮೂತ್ರ ಬಂದಂತೆನಿಸಿ ಹೊಟ್ಟೆ 'ಚುಳ್'ಗುಟ್ಟಿತು. ಮಾಮೂಲಿನಂತೆ ಅರ್ಧಗಂಟೆ ತಡವಾಗಿ ಬಂದ ರೈಲಿನ ಎಸಿ ಕೋಚ್ ಏರಿದ ಕೂಡಲೇ ಮೊದಲು ಟಾಯ್ಲೆಟ್‌ಗೆ ಹೋಗಿ ಬಂದೆ.

ಅತ್ತೆ ಮೇಲಿನ ಬೆಡ್ ಏರಿ ಮಲಗಿದರು. ನಾನು ಕೆಳಗಿನ ಸೀಟ್‌ನಲ್ಲಿ ತುಂಬಿದ ಹೊಟ್ಟೆಯನ್ನು ಹೊತ್ತು ಯಾವ ಆ್ಯಂಗಲ್‌ನಲ್ಲಿ ಮಲಗಿದರೆ ಸರಿ ಹೋಗುತ್ತದೆ ಎಂದು ಕಂಡುಹಿಡಿದು ಹೊದ್ದು ಮಲಗಿದೆ. ಆಗಲೇ ಹನ್ನೆರಡಾಗಿತ್ತು. ಒಂದು ಗಂಟೆಯ ಹೊತ್ತಿಗೆ ಹೊಟ್ಟೆ ಮತ್ತೆ 'ಚುಳ್' ಎಂದಿತು. ಟಾಯ್ಲೆಟ್ ಹೋಗಿ ಬಂದೆ. ಯಾಕೋ ಇವತ್ತು ಮಾಮೂಲಿಗಿಂತ ಹೆಚ್ಚು ಬಾರಿ ಮೂತ್ರ ಬರುವಂತಾಗುತ್ತಿದೆಯಲ್ಲ ಎನಿಸಿತ್ತು. ಹೀಗೆ ಅರ್ಧ–ಅರ್ಧ ಗಂಟೆಗೂ ಟಾಯ್ಲೆಟ್ ಹೋದವಳಿಗೆ ಬೆಳಗಿನ ಜಾವ ಮೂರರ ಹೊತ್ತಿಗೆ ಸಣ್ಣಗೆ ಚಳಕು ಹೊಡೆದಂತೆ ನೋವು. ಒಳಗೆಲ್ಲೋ ಮೆಲ್ಲಗೆ ಭಯವೆದ್ದಿತ್ತು. ಡೆಲಿವರಿ ಪೇಯ್ನ್ ಇರಬಹುದಾ ಎಂಬ ಸಂದೇಹ ಶುರುವಾಗಿದ್ದು ಆಗಲೇ. ಐದು ಗಂಟೆಯಾಗುತ್ತಿದ್ದಂತೆ ಅತ್ತೆಯನ್ನು ಎಬ್ಬಿಸಿ ಹೇಳಿದೆ. ನೋವು ಈಗ ಕ್ರಮಬದ್ಧವಾಗಿ ಬರಲು ಶುರುವಾಗಿತ್ತು. ಐದು ನಿಮಿಷ ಜೀವ ಹಿಂಡುವ ನೋವು. ಆಮೇಲೆ ಇಪ್ಪತ್ತು ನಿಮಿಷ ಸ್ವಲ್ಪ ಆರಾಮು. ಹೆರಿಗೆ ನೋವು ಎಂದು ಹಂಡ್ರೆಡ್ ಪರ್ಸೆಂಟ್ ಗ್ಯಾರೆಂಟಿಯಾಗಿತ್ತು.

ತಾಳಗುಪ್ಪಕ್ಕೆ ಟ್ರೇನ್ ತಲುಪುವುದು ಏಳು ಗಂಟೆಗೆ. ಆಗಿನ್ನೂ ಐದೂವರೆ. ಇನ್ನೊಂದು ಗಂಟೆಯಲ್ಲಿ ಸಾಗರ ಬರುತ್ತದೆ. ಏನಾದರೂ ಸಮಸ್ಯೆ ಆದರೆ ಹೇಗೆಂಬ ಆತಂಕ ಅತ್ತೆಗೆ. ಆದರೆ ಬಹಳ ಗಟ್ಟಿಗಿತ್ತಿ ಅವರು. ಅತ್ಯಂತ ಒತ್ತಡದ, ವಿಪರೀತ ಟೆನ್ಷನ್ ಇರುವ ಸಂದರ್ಭಗಳಲ್ಲಿ ಶಾಂತವಾಗಿ–ಸರಿಯಾದ ನಿರ್ಧಾರ ತೆಗೆದುಕೊಳ್ಳುವುದು ಅವರಿಗೆ ರೂಢಿ. ಡೆಲಿವರಿಗೆ ಹೋಗಬೇಕಾಗಿದ್ದ 'ಭಾಗವತ್ ನರ್ಸಿಂಗ್ ಹೋಂ'ನ ನಳಿನಿ ಭಾಗವತ್ ಡಾಕ್ಟರಿಗೆ ಫೋನಾಯಿಸಿದರು. ಅವರು ಸಾಗರದಲ್ಲೇ ರೈಲಿಳಿದು ಆಸ್ಪತ್ರೆಗೆ ಬರುವಂತೆ ಹೇಳಿದರು. ಸಾಗರ ಬರುವ ತನಕದ ಒಂದು ಗಂಟೆಯ ಪಯಣ ನನ್ನ ಪಾಲಿಗೆ ಈವರೆಗಿನ ಸುದೀರ್ಘ ಪಯಣ! ಇಷ್ಟು ಹೊತ್ತಿಗೆ ಒಂದು ಹೆಜ್ಜೆ ಕಿತ್ತಿಡುವುದೂ ಕಷ್ಟ ಎಂಬಂತಾಗಿತ್ತು. ಸರ್ವ ಮನೋಬಲವನ್ನೂ ಒಗ್ಗೂಡಿಸಿ ರೈಲಿನಿಂದ ಇಳಿದೆ. ಮಾವ ಸಾಗರದ ರೈಲ್ವೇ ಸ್ಟೇಶನ್ನಿಗೇ ಕಾರ್ ತೆಗೆದುಕೊಂಡು ಬಂದರು. ಅಂತೂ ನೇರವಾಗಿ ಆಸ್ಪತ್ರೆ ಸೇರಿದ್ದಾಯಿತು.

ನನ್ನನ್ನು ನೋಡುವ ತನಕವೂ ಇದು ಡೆಲಿವರಿ ಪೇಯ್ನ್ ಇರಲಾರದು ಎಂಬುದೇ ಡಾಕ್ಟರ್ ನಂಬುಗೆಯಾಗಿತ್ತು. ಆದರೆ ಗರ್ಭದಲ್ಲಿದ್ದ ಕಂದನಿಗೆ ಅದಾಗಲೇ ಗಡಿಬಿಡಿ ಶುರುವಾಗಿತ್ತಲ್ಲ! ಎರಡನೆಯ ಹೆರಿಗೆ ಬೇಗ ಆಗುತ್ತದೆ ಎಂದರೂ ಇಷ್ಟು ಬೇಗ ಆದೀತು ಎಂಬ ಅಂದಾಜು ನಮಗ್ಯಾರಿಗೂ ಇರಲಿಲ್ಲ. 'ಎನಿಮಾ' ಕೊಟ್ಟರು. ಎನಿಮಾ ಎಂದರೆ ಕರುಳಿನಲ್ಲಿದ್ದ ಮಲವಷ್ಟನ್ನೂ ಹೊರಹಾಕಿಸುವ ವ್ಯವಸ್ಥೆ. ಎನಿಮಾ ಕೊಟ್ಟ ಐದರಿಂದ-ಹದಿನೈದು ನಿಮಿಷದ ಅವಧಿಯಲ್ಲಿ ಮಲವಷ್ಟೂ ಹೊರಹೋಗುತ್ತದೆ. ಹೆರಿಗೆ ಸಂದರ್ಭದಲ್ಲಿ ಇನ್‌ಫೆಕ್ಷನ್ ಆಗದಂತೆ ತಡೆಯುವುದರ ಜೊತೆಗೆ ಶಿಶುವನ್ನು ಗರ್ಭದಿಂದ ಪುಶ್ ಮಾಡುವ ಸಂದರ್ಭ ಮಲವೂ ಬರಬಹುದಾದ ಸಾಧ್ಯತೆಯನ್ನು ಇದು ತಡೆಯುತ್ತದೆ. ಶುದ್ಧತೆಯ ದೃಷ್ಟಿಯಿಂದ ಇದನ್ನು ಕೊಡಲಾಗುತ್ತದೆ. ಹೀಗೆಲ್ಲಾ ಇದ್ದೀತು ಎಂಬುದು ಮೊದಲ ಹೆರಿಗೆಯಲ್ಲಿ ನನಗೆ ಗೊತ್ತೇ ಇರಲಿಲ್ಲ.

ಮೊದಲ ಹೆರಿಗೆಯಲ್ಲಿ ನೋವು ಶುರುವಾದ ಹೊತ್ತಲ್ಲಿ ಅಲ್ಲಿದ್ದ ನರ್ಸ್ 'ಮುಕ್ಕಿ.. ಚೆನ್ನಾಗಿ ಮುಕ್ಕಬೇಕು' ಎಂದಿದ್ದಳು. ನಮ್ಮಲ್ಲಿ ಮುಕ್ಕುವುದು ಅಂದರೆ ಅಗತ್ಯಕ್ಕಿಂತ ಹೆಚ್ಚು ತಿನ್ನುವುದು ಎಂಬರ್ಥ. ಇಂಥಾ ನೋವಿನ ಹೊತ್ತಲ್ಲಿ ಆಸ್ಪತ್ರೆಯ ಬೆಡ್ ಮೇಲೆ ಮುಕ್ಕಲಾದರೂ ಏನು ಸಿಕ್ಕೀತು? ಸಿಕ್ಕರೂ ತಿನ್ನುವ ಮನಸ್ಥಿತಿ ಬೇಕಲ್ಲ.. ನೋವಲ್ಲೇ 'ಯಾವುದನ್ನು ಮುಕ್ಕಬೇಕು?' ಎಂದು ಕೇಳಿದೆ. ನಿತ್ಯ ಹೆರಿಗೆ ಮಾಡಿಸಿ, ಅದೇ ಶಬ್ದ ಬಳಸುವ ಅವಳಿಗೆ ನನ್ನ ಅಜ್ಞಾನವೂ ಅರ್ಥವಾಗಲಿಲ್ಲ. 'ಅಯ್ಯೋ.. ಮುಕ್ರೀ.. ಮುಕ್ಕಿ' ಎಂದಳು. ಪಕ್ಕದಲ್ಲಿದ್ದ ಮತ್ತೊಬ್ಬ ನರ್ಸ್‌ಗೆ ನನ್ನ ಫಜೀತಿ ಅರ್ಥವಾಗಿ ನಗುತ್ತಾ, 'ಪುಶ್ ಮಾಡಿ' ಎಂದರು. 'ಅಯ್ಯೋ.. ಇದನ್ನೇ ಮುಂಚೆ ಹೇಳಿದ್ರೆ ಇಷ್ಟೊತ್ತಿಗೆ ಅರ್ಧ ಮಗು ಈಚೆ ಬಂದಿರೋದು' ಎನ್ನುತ್ತಲೇ ಮುಕ್ಕಿದೆ. ಆಗ ನನ್ನ ಡಾಕ್ಟರ್ ಅರುಂಧತಿ ಹೆರ್ಲೆ. ತಾಳ್ಮೆಯೇ ಮೈವೆತ್ತಂತೆ ಇರುವ ಅವರು ಸುಲಭವಾಗಿ ಹೆರಿಗೆಯಾಗಲು ಕೆಲವು ಅತ್ಯುತ್ತಮ ಟೆಕ್ನಿಕ್ ತಿಳಿಸಿದ್ದರು. ಆಮೇಲೆ ಬಹಳಷ್ಟು ಗರ್ಭಿಣಿಯರಿಗೆ ಇದನ್ನು ಹೇಳಿದ್ದೆ. ಅನುಸರಿಸಿದ ಹೆಚ್ಚಿನವರಿಗೆ ಬಹುಬೇಗನೆ ಡೆಲಿವರಿಯಾಗಿತ್ತು.

ಆ ಟೆಕ್ನಿಕ್ ಹೀಗಿದೆ... ಹೆರಿಗೆ ನೋವಿಗೆ ಸಂಗೀತ ಜ್ಞಾನ ಚೆನ್ನಾಗಿದೆ! ಬರುವ ನೋವಿಗೂ ಒಂದು ಲಯವಿದೆ. ಆರಂಭದಲ್ಲಿ ಅರ್ಧ-ಅರ್ಧ ಗಂಟೆಗೆ ಬರುವ ನೋವು, ಆಮೇಲಾಮೇಲೆ ಹದಿನೈದು ನಿಮಿಷಕ್ಕೆ ಇಳಿದು ಕೊನೆಗೆ 'ಪುಶ್' ಮಾಡುವ ಸಂದರ್ಭದಲ್ಲಿ ಹೆಚ್ಚು-ಕಡಿಮೆ 45 ಸೆಕೆಂಡ್‌ಗಳಿಗೆ ಇಳಿದಿರುತ್ತದೆ. ಅಂದರೆ 45 ಸೆಕೆಂಡ್ ಜೀವ ಹಿಂಡುವ ನೋವು ಸುತ್ತಿ ಸುತ್ತಿ ಬರುತ್ತದೆ, ಉಳಿದ 45 ಸೆಕೆಂಡ್ ಸಂಪೂರ್ಣ ರಿಲ್ಯಾಕ್ಸ್ ಸ್ಥಿತಿ. ಹಿಂಡಿ ಹಿಪ್ಪೆಮಾಡುವಂತಹ ನೋವಿರುವ ಆ 45 ಸೆಕೆಂಡ್‌ಗಳಲ್ಲಿ ಪುಶ್ ಮಾಡಲು ನಮ್ಮ ಸಂಪೂರ್ಣ ಶಕ್ತಿ ಬಳಸಬೇಕು. ರಿಲ್ಯಾಕ್ಸ್ ಆದ ಸಮಯದಲ್ಲಿ ದೀರ್ಘ ಶ್ವಾಸೋಚ್ಛ್ವಾಸ ಮಾಡುತ್ತಾ ಉಸಿರಿನ ಮೇಲೆಯೇ

ಗಮನವಿಡಬೇಕೇ ಹೊರತು ನೋವಿನ ಮೇಲಲ್ಲ. ಹೇಳಲು ಸುಲಭ ಎನಿಸಿದರೂ, ಈ ನಿಯಂತ್ರಣ ಅಂತಹ ನೋವಿನ ಕ್ಷಣದಲ್ಲಿ ಕಷ್ಟವೇ. ಆದರೆ ನೋವನ್ನು ತಪ್ಪಿಸಲಂತೂ ಸಾಧ್ಯವಿಲ್ಲವಲ್ಲ. ಒಂದು ಹದವಾದ ಚೆಂಡಿನ ಗಾತ್ರದ ಶಿಶುವಿನ ತಲೆ ಗರ್ಭ ಚೀಲವನ್ನು ಕೊಡವಿ, ಗರ್ಭದ್ವಾರದಿಂದ ಜಾರಿ, ಯೋನಿಯನ್ನು ಸೀಳಿ ಹೊರಬರುವ ನೋವು ಸಾಮಾನ್ಯದ್ದಲ್ಲ. ಅದನ್ನು ತಡೆದುಕೊಳ್ಳಲೇಬೇಕು ಎಂದು ಮೊದಲೇ ದೃಢವಾಗಿ ನಿರ್ಧರಿಸಿ ಆದಷ್ಟು ಕಡಿಮೆ ಒದ್ದಾಡಿದಾಗ ಮಗುವನ್ನು ಪುಶ್ ಮಾಡುವತ್ತ ಮಾತ್ರ ಏಕಾಗ್ರತೆ ವಹಿಸುತ್ತೇವೆ. ಇಲ್ಲವೆಂದರೆ ನರಳಾಟ, ಕೂಗಾಟದಲ್ಲೇ ಇನ್ನಷ್ಟು ನೋವು ತಿಂದು ಸಮಯ ವ್ಯರ್ಥವಾಗುತ್ತದೆ. ಇಲ್ಲಿ ಸಹಕರಿಸುವುದು ಮನೋಬಲ ಮಾತ್ರ.

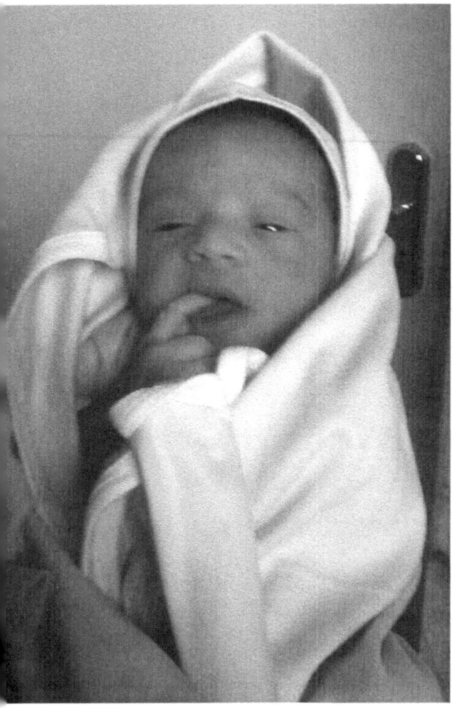

ಬೆಳಿಗ್ಗೆ 9 ಗಂಟೆ ಕಳೆದಿತ್ತು. ಎರಡನೆಯ ಹೆರಿಗೆಯ 'ಪುಶ್ಶಿಂಗ್ ಪೇಯ್ನ್' ನಿಧಾನಕ್ಕೆ ಶುರುವಾಗುತ್ತಿತ್ತು. ಪಕ್ಕದಲ್ಲಿದ್ದ ಅತ್ತೆ 'ಬ್ರೆಡ್ ಬೇಕಾ, ಜ್ಯೂಸ್ ಬೇಕಾ' ಎಂದು ಕೇಳುತ್ತಲೇ ಇದ್ದರು. ಯಾವುದನ್ನೂ ತಿನ್ನುವ ಪರಿಸ್ಥಿತಿಯಲ್ಲಿ ನಾನಿರಲಿಲ್ಲ. ಇಲ್ಲೀ ತನಕ ಇದ್ದ ನೋವು ಪ್ರಸವದ ಮೊದಲ ಹಂತದ ನೋವು. ಅಂದರೆ ಗರ್ಭಕೋಶದ ಕೆಳಗಿರುವ ಗರ್ಭದ್ವಾರದ ಬಾಯಿ ತೆರೆದುಕೊಳ್ಳುವ ಹೊತ್ತು. ಮಗುವಿನ ತಲೆ ಇದರ ಮೂಲಕ ಹಾದು ಯೋನಿಯೊಳಗೆ ಬರಬೇಕಾದರೆ ಈ ದ್ವಾರ ಸುಮಾರು 8–10 ಸೆಂಟೀಮೀಟರ್‌ನಷ್ಟು ಅಗಲವಾಗಬೇಕು. ಗರ್ಭಕೋಶ ಸಂಕುಚಿಸುವುದರಿಂದ ಮಗುವಿನ ತಲೆ ಒತ್ತಿ ದ್ವಾರವನ್ನು ಹಿರಿದುಗೊಳಿಸುತ್ತದೆ. ಹಾಗೆ ಹಿಗ್ಗಿದಾಗ ಮಗು ಗರ್ಭಕೋಶದೊಳಗಿಂದ ಯೋನಿಯೊಳಗೆ ಬರುತ್ತದೆ. ಇದಿಷ್ಟು ಆಗಲು ಸುಮಾರು ಹತ್ತು ಗಂಟೆಗಳಷ್ಟು ಅವಧಿ ಬೇಕಾಗುತ್ತದೆ. ಆದಾದ ಮೇಲೆ ಎರಡನೆಯ ಹಂತ. ಅಂದರೆ ಮಗುವನ್ನು ಯೋನಿಯಿಂದಲೂ ಹೊರದೂಡುವ ಹೊತ್ತು. ಈ ಸಮಯದಲ್ಲೇ ಪುಶ್ ಮಾಡಲು ಬೇಕಾದ ದೃಢತೆಯನ್ನು ತಂದುಕೊಳ್ಳುವುದು ಅನಿವಾರ್ಯ.

ಮೊದಲ ಹೆರಿಗೆಯ ಟೆಕ್ನಿಕ್‌ನ್ನು ಈ ಬಾರಿಯೂ ಬಳಸಿದೆ. ಹೆಚ್ಚುಕಡಿಮೆ ಹದಿನೈದು ನಿಮಿಷದೊಳಗೆ ನನ್ನ ಹೆರಿಗೆ ಮುಗಿದೇ ಹೋಗಿತ್ತು. ಆಗ ಗಂಟೆ ಬೆಳಗಿನ 9.45. ಅವಸರಿಸಿದ್ದರೂ ಹೆಚ್ಚಿಗೆ ತ್ರಾಸು ಕೊಡದೆ ಪುಟ್ಟಪ್ಪ ಹೊರಬಂದಿದ್ದ. ಅಷ್ಟು ಹೊತ್ತಿನ ಒದ್ದಾಟ, ಯಾತನೆಗಳೆಲ್ಲವೂ ಇದ್ದಕ್ಕಿದ್ದಂತೆ ಮಾಯವಾದಂತಾಗುವ ಘಳಿಗೆಯದು. ಒಂಭತ್ತು ತಿಂಗಳು ಒಳಗೆ ತೊನೆಯುತ್ತಿದ್ದ ಮೂರೂವರೆ ಕೆಜಿಯ ಜೀವವೊಂದು ಹೊರಬಂದಾಗ ಗರ್ಭದ ಜೊತೆಗೇ ನೋವು ಕೂಡಾ ಖಾಲಿಯಾದಂತೆ ಅನ್ನಿಸುವ ಕ್ಷಣ. ಚೆಂದಗೆ ಅಳುತ್ತಿದ್ದ, ರಕ್ತ ಲೇಪಿಸಿಕೊಂಡ ಎಳೇ ಮಗನನ್ನು ನೋಡಿದೆ. ಮತ್ತೆ ಮುಂದಿನ ಕೆಲ ನಿಮಿಷದಲ್ಲಿ ಗರ್ಭಕೋಶದ ಒಳಪದರದಿಂದ ಸಡಿಲಗೊಂಡ ತಾಯಮಾಸು ಹೊರಬಿತ್ತು. ಅಲ್ಲಿಂದ ಅಧಿಕೃತವಾಗಿ ನಾನು ಬಾಳಂತಿಯಾದೆ. ಮತ್ತೆ ಗಂಡಾಯಿತು ಎನಿಸಿದರೂ, ಮೊದಲ ಮಗ ಸಾರ್ಥಕ ನನ್ನ ಪಾಲಿನ ಕಿನ್ನರ. ಎರಡು ಕಿನ್ನರರು ಆದರೆ ಅಡ್ಡಿಲ್ಲ ಎನಿಸಿತು. ಅತ್ತೆ ಕೈಯಲ್ಲಿ ಕಾಯಿಕಡುಬು ಮಾಡಿಸಿಕೊಂಡು ತಿನ್ನಬೇಕೆಂಬ ಬಸಿರಿ ಬಯಕೆಯೊಂದು ಈಡೇರಲಿಲ್ಲ ಎಂಬ ಬೇಜಾರು ಆ ಕ್ಷಣದಲ್ಲಿ ಹಣುಕಿ ಹೋಯಿತು. ಸಾರ್ಥಕನಿಗೆ ಶಾಲೆಯಲ್ಲಿ ಮೂರು ತಿಂಗಳು ರಜೆ ಕೊಟ್ಟಿದ್ದರು. ಲೆಕ್ಕಾಚಾರದಂತೆ ಮಗು ಹುಟ್ಟಿದ್ದರೆ ಬಾಣಂತನ ಎರಡೂವರೆ ತಿಂಗಳು ಸಿಗುತ್ತಿತ್ತು. ಈಗ ಮೂರು ತಿಂಗಳೇ ಸಿಗುತ್ತದಲ್ಲ, ಆಗುವುದೆಲ್ಲಾ ಒಳ್ಳೆಯದಕ್ಕೇ ಅನಿಸಿತು.

ಮೊದಲ ಬಾರಿ ನಾರ್ಮಲ್ ಹೆರಿಗೆಯಾಗಲಿ ಎಂದು ಎಷ್ಟು ಸಾರಿ ಅಂದುಕೊಂಡಿದ್ದೆನೋ. ಆರೋಗ್ಯದ ವಿಚಾರಕ್ಕಾಗಿ ಖಂಡಿತ ಅಲ್ಲ. ಈಗ ಸಿ–ಸೆಕ್ಷನ್ ಮಾಡಿಸಿಕೊಳ್ಳುವವರೂ ಆರಾಮಾಗಿಯೇ ಆಸ್ಪತ್ರೆಯಿಂದ ಹೊರಬರುತ್ತಾರೆ. ಆದರೆ ನನಗೆ ಹೆಣ್ತನದ ಹೆಮ್ಮೆಯಾದ ಸೃಷ್ಟಿ ಪ್ರಕ್ರಿಯೆ ಸ್ವಾಭಾವಿಕವಾಗಿಯೇ ಆಗಬೇಕಾಗಿತ್ತು. ಜೊತೆಗೆ, ಆ ನೋವು ಹೇಗಿದೆ ಎಂಬುದನ್ನು ಅನುಭವಿಸಲೇಬೇಕೆಂಬ ಆಸೆ ಇತ್ತು! ಹೌದು, ಆಸೆಯೇ ಅದು. ಎರಡನೆಯದ್ದೂ ನಾರ್ಮಲ್ ಆಗಿ ಮತ್ತೊಮ್ಮೆ ನೋವಿನ ಸುಖ ಅನುಭವಿಸಿದೆ.

ಸುರಕ್ಷಿತವಾಗಿ ಊರಿಗೆ ಹೋಗಿ ತಲುಪಿದೆಯಾ ಎಂಬ ಕರೆಗಳಿಗೆಲ್ಲಾ, 'ಗಂಡು ಮಗು ಹುಟ್ಟಿದ್ದಾನೆ' ಎಂಬುದು ಅತ್ತೆಯ ಉತ್ತರವಾಯಿತು. ಎಲ್ಲರಿಗೂ ಗಾಬರಿ ಮಿಶ್ರಿತ ಅಚ್ಚರಿ. ಯಜಮಾನರ ಕಾರು ದಾಂಗುಡಿ ಇಟ್ಟು ಬೆಂಗಳೂರಿಂದ ಸಾಗರಕ್ಕೆ ಹೊರಟಿತು. ಕಂದನ ಫೋಟೊ, ವಿಡೀಯೋ ಅವರ ಮೊಬೈಲಿಗೆ ಪಾಸಾಯಿತು. ಸಾರ್ಥಕನಿಗಂತೂ ಇನ್ನಿಲ್ಲದ ಕುತೂಹಲ. ತಂಗಿ ಹುಟ್ಟಲಿ ಎನ್ನುತ್ತಿದ್ದವ ಕಾರ್‌ನಲ್ಲಿ ಬರುತ್ತಾ, 'ತಮ್ಮ ಹುಟ್ಟಿದ್ದು ಒಳ್ಳೆಯದೇ ಆಯಿತು. ಇಬ್ಬರೂ ಸೇಮ್ ಆದ್ವಿ' ಎಂದು ಬದಲಾದ ಥಿಯರಿ ಪ್ರಸ್ತುತ ಪಡಿಸುತ್ತಿದ್ದನಂತೆ.

ಹಾಗೆ ಬರುತ್ತಾ ಬೀರೂರಿನ ಬಳಿ ಬೈಕೊಂದು ರಾಂಗ್ ಸೈಡಿಂದ ಬಂದು, ಕಾರು ಅದಕ್ಕೆ ಗುದ್ದಿ ಬೈಕ್‌ನಲ್ಲಿದ್ದ ಇಬ್ಬರಿಗೂ ವಿಪರೀತ ಏಟಾಗಿತ್ತು. ಕಾರಿನ ಮುಂಭಾಗ ನುಜ್ಜುಗೊಜ್ಜು. ಸೀದಾ ಪೊಲೀಸ್ ಸ್ಟೇಶನ್ನಿಗೆ ಹೋಗಿ ಅಲ್ಲಿ ಎಲ್ಲಾ ಫೈಲಿಂಗ್ ಕೆಲಸ ಮುಗಿಸುವ ಹೊತ್ತಿಗೆ ಮಗು ಹುಟ್ಟಿದ ಖುಷಿಯನ್ನು ಸಂಭ್ರಮಿಸುವ ಬದಲು ಟೆನ್ಷನ್ನೇ ಹೆಚ್ಚಾಗಿ ಹೋಗಿತ್ತು ನಮ್ಮವರಿಗೆ. ಕಾರನ್ನು ಪೊಲೀಸ್ ಸ್ಟೇಶನ್ನಲ್ಲಿ ಬಿಟ್ಟು, ಬೇರೊಂದು ಕಾರ್ ಮಾಡಿಕೊಂಡು ಸಾಗರದ ಆಸ್ಪತ್ರೆ ತಲುಪುವಾಗ ರಾತ್ರಿ ಒಂಭತ್ತಾಗಿತ್ತು. ನನ್ನ ಸುಸ್ತಿಗಿಂತ ಅವರ ಸುಸ್ತೇ ಹೆಚ್ಚಿದ್ದಂತೆ ಕಾಣುತ್ತಿತ್ತು.

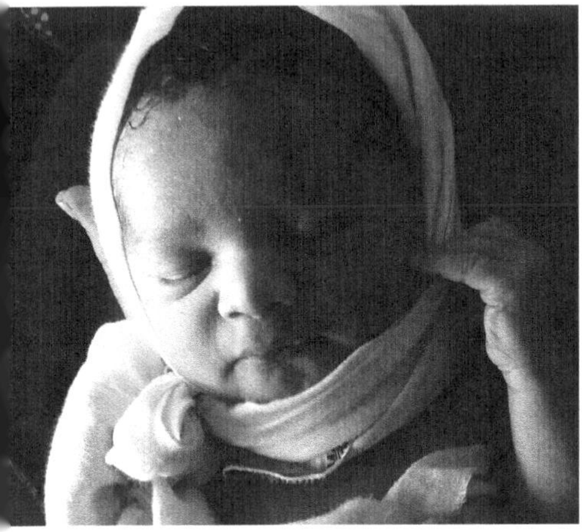

ಆ ದಿನ ಮಗು ಹುಟ್ಟಿದ್ದರ ಸಾವಿರ ಪಟ್ಟು ಖುಷಿ ಸಾರ್ಥಕನನ್ನು ಅಲ್ಲಿ ಕಂಡಾಗ ಆಗಿತ್ತು. ಆ ಕ್ಷಣವನ್ನು ನಾನು ಯಾವತ್ತೂ ಮರೆಯಲು ಸಾಧ್ಯವಿಲ್ಲ. ನನ್ನ ಬಳಿ ಬರುತ್ತಲೇ ಕೈಯಲ್ಲಿದ್ದ ಕವರ್ ಮುಂದೆ ಚಾಚಿ, 'ಅಮ್ಮಾ.. ಇದು ನಿಂಗೆ' ಅಂದ. ಚೆಂದದ-ಬೆಳ್ಳಗಿನ ಹೆಸರು ಗೊತ್ತಿಲ್ಲದ ಚಿಕ್ಕ ಹೂವುಗಳು ಅದರೊಳಗಿದ್ದವು. 'ನೂರಾ ಎರಡು ಹೂವಿದ್ದು, ನೋಡು' ಎಂದ. ಪೊಲೀಸ್ ಸ್ಟೇಶನ್ನಿನ ಪಕ್ಕದಲ್ಲೇ ಈ ಹೂವಿನ ಮರವಿತ್ತಂತೆ. ಅಪ್ಪನ ಫೈಲಿಂಗ್ ಕೆಲಸಗಳು ಮುಗಿಯಲು ಗಂಟೆಗಳೇ ಹಿಡಿದಿದ್ದ ಹೊತ್ತಲ್ಲಿ ಇವನು ಕೆಳಗೆ ಬಿದ್ದಿದ್ದ ಹೂವನ್ನು, 'ಪಾಪು ಹುಟ್ಟಿದ್ದಕ್ಕೆ ಅಮ್ಮಂಗೆ ಗಿಫ್ಟ್' ಎಂದೇ ಆರಿಸಿಕೊಂಡನಂತೆ. ಕಾರಲ್ಲಿ ಅವನ ಜೊತೆಗೇ ಇದ್ದ ಚಿಕ್ಕತ್ತೆ ಉಷಾ ಹೇಳಿದರು. ಸಾರ್ಥಕ ಎಳೇ ಶಿಶುವಾಗಿದ್ದಾಗ 'ಗಿಜಿಗಿಜಿ' ಎನ್ನುವ ಗಿಲಿಗಿಚ್ಚಿಯೊಂದನ್ನು ತಂದುಕೊಟ್ಟಿದ್ದರು ಅವನಪ್ಪ. ಅದು ಅವನಿಗೆ ಸಿಕ್ಕ ಮೊದಲ ಆಟಿಕೆ. ಅಮ್ಮನ ಹೊಟ್ಟೆಯಲ್ಲಿ ಪಾಪು ಇದೆ ಎಂದು ಗೊತ್ತಾದಾಗಿಂದ ಪಾಪುವಿಗೆಂದೇ ಸಾರ್ಥಕ ಅದನ್ನು ಜೋಪಾನವಾಗಿ ಇರಿಸಿಕೊಂಡಿದ್ದ. ಈಗ ಆ ಗಿಲಿಗಿಚ್ಚಿಯನ್ನೂ ತೆಗೆದುಕೊಂಡು ಬಂದಿದ್ದ. ಪಾಪು ಕೈಗೆ ಹಿಡಿಸುತ್ತಾ, 'ಇದು ನಿನ್ನ ಗಿಫ್ಟ್' ಎಂದ. ನನಗೆ ಸಿಕ್ಕ ಅತ್ಯುತ್ತಮ ಉಡುಗೊರೆಗಳಿವು.

ಬಾಳಂತಿ ಪುರಾಣ 2

ಅಜ್ಜಿಯ ಸಾಥ್ ಶುರು

ಬೆಂಗಳೂರಿಂದ ನೇರವಾಗಿ ಆಸ್ಪತ್ರೆಗೆ ಬಂದಿದ್ದೆವಲ್ಲ... ಲಗೇಜ್ ಕೂಡಾ ಕಾರಲ್ಲಿ ಬರುತ್ತಿದ್ದ ಕಾರಣ ಮಗು ಹುಟ್ಟಿದ ಹೊತ್ತಲ್ಲಿ ನಮ್ಮ ಬಳಿ ಒಂದೇ ಒಂದು ಎಕ್ಸ್ಟ್ರಾ ಬಟ್ಟೆಯೂ ಇರಲಿಲ್ಲ. ಅಜ್ಜಿ (ನನ್ನತ್ತೆಯ ಅಮ್ಮ) ದಡಬಡಿಸಿಕೊಂಡು ಆಸ್ಪತ್ರೆಗೆ ಬಂದವಳೇ, ಆ ದಿನಕ್ಕೆ ಅಗತ್ಯವಿದ್ದ ಬಟ್ಟೆ ತಂದಿದ್ದಳು. 'ಭಾರೀ ಅವಸರ ಇತ್ತು ನೋಡು ಇವಂಗೆ' ಎಂದು ಪಾಪುವನ್ನು ಎತ್ತಿ ತನ್ನ ಮೊಮ್ಮಗನಂತೆಯೇ (ನಮ್ಮೆಜಮಾನ್ರು) ಇದ್ದಾನೆ ಎಂದು ಷರಾ ಬರೆದಳು. ಸಾರ್ಥಕ ಹುಟ್ಟಿದಾಗ ಈ ನಮ್ಮ ಗೌರಜ್ಜಿ ಮೊದಲ ಬಾರಿ ಅಧಿಕೃತವಾಗಿ ಮುತ್ತಜ್ಜಿ ಎನಿಸಿಕೊಂಡಿದ್ದಳು. 'ಈಗ ಎರಡನೇ ಸರಿ ಮುತ್ತಜ್ಜಿ ಆದೆ ನೋಡು' ಎಂದೆ. 'ವಯಸ್ಸೇನು ಸುಮ್ನೆ ಕೂರ್ತಾ ಹೇಳು ಮತ್ತೆ?' ಎಂದ ಅವಳಿನ್ನು ಮುಂದಿನ ಮೂರು ತಿಂಗಳು ಸಮಸ್ತ ಬಾಣಂತನದ ನೇತೃತ್ವ ವಹಿಸುವ ಬಾಳಂತಿ ಅಧ್ವರ್ಯು! ಹಸಿ ಹಸಿ ಬಾಳಂತಿಯಾದ ನನಗೆ ಮಧ್ಯಾಹ್ನದ ಊಟದ ತಯಾರಿ ನಡೆಸಲು ಮನೆಗೆ ಹೊರಟಳು.

ಡೆಲಿವರಿ ವಾರ್ಡ್‌ನಿಂದ ರೂಮಿಗೆ ಶಿಫ್ಟ್ ಮಾಡಿದರು. ಡೆಲಿವರಿ ಆದ ದಿನವಂತೂ ಮಲಗಿದಲ್ಲಿಂದ ಕೊಂಚ ಮಿಸುಕಾಡಿ ಮಗ್ಗುಲು ಬದಲಿಸುವುದೇ ಕಷ್ಟ ಎಂಬಂತಾಗಿರುತ್ತದೆ. ಹೇಗೆ ಕೂತರೆ ಸರಿ ಹೋಗುತ್ತದೆ ಎಂದು ಕಂಡುಹಿಡಿಯಲೇ ಹತ್ತು ನಿಮಿಷ ಹಿಡಿಯುತ್ತದೆ. ಇದಕ್ಕೆ ಮುಖ್ಯ ಕಾರಣ ಯೋನಿ ಭಾಗದ ಹೊಲಿಗೆ. ಮಗು ಹೊರಬರುವ ಹೊತ್ತಲ್ಲಿ ಯೋನಿ ಮತ್ತು ಮಲದ್ವಾರದ ಮಧ್ಯೆ ಇರುವ ತೆಳುಪಟಲ ಹರಿಯುತ್ತದೆ. ಇದಕ್ಕೆ ಹಾಕಿರುವ ಹೊಲಿಗೆ ಕೂತಾಗೆಲ್ಲಾ ಚುಚ್ಚುವ ಕಾರಣ ವಿಪರೀತ ಯಾತನೆಯಾಗುತ್ತದೆ. ನೋವಲ್ಲ ಅದು, ಕಷ್ಟಕೊಡುವ ಯಾತನೆಯೇ.

ಮೊದಲ ಹೆರಿಗೆಯಲ್ಲಿ ಹತ್ತು ದಿನದೊಳಗೆ ಈ ಗಾಯದ ಯಾತನೆ ಕಡಿಮೆಯಾಗಿತ್ತು. ಆದರೆ ಈ ಸಲ ಸುಮಾರು 20 ದಿನಗಳ ವರೆಗೂ ಕುಳಿತುಕೊಳ್ಳುವುದು ದೊಡ್ಡ ಹಿಂಸೆಯೇ ಆಗಿ ಹೋಗಿತ್ತು. ಈ ಹೊಲಿಗೆ ಬೇಗ ವಾಸಿಯಾಗಲು ಆಯಿಂಟ್‌ಮೆಂಟ್ ಕೊಡುತ್ತಾರೆ. ಏನೇ ಅಂದರೂ ಕೆಲ ದಿನಗಳ ಕಾಲ ಈ ನೋವು ಅನುಭವಿಸಲೇಬೇಕು. ಎಷ್ಟೇ ನೋವಿದ್ದರೂ ಮಗುವಿಗೆ ಹಾಲು ಕುಡಿಸಲು ನಡೆಸುವ ಪ್ರಯತ್ನಗಳೆಲ್ಲವೂ ಆಗುತ್ತಲೇ ಇರಬೇಕು. ಕುಳಿತುಕೊಳ್ಳಲು ಕಷ್ಟವಾಗುತ್ತಿದ್ದ ಕಾರಣ ಆದಷ್ಟು ಮಲಗಿಯೇ ಹಾಲೂಡಿಸುತ್ತಿದ್ದೆ. ಹಾಗಂತ ಮಲಗಿ ಕುಡಿಸಲೂ ಭಯವೇ. ಎಲ್ಲಾದರೂ ಮಗುವಿನ ಮೂಗು ಮೊಲೆಗೆ ಒತ್ತಿಕೊಂಡೇ ಇದ್ದು ಉಸಿರು ಕಟ್ಟಿಬಿಡಬಾರದಲ್ಲ. ಎಳೇ ಶಿಶುವಿನ ವಿಚಾರದಲ್ಲಿ ಎಚ್ಚರಿಕೆ ಎಷ್ಟಿದ್ದರೂ ಸಾಲದು. ಕೊನೆಗೆ ಚುಚ್ಚುವುದು ತಡೆಯಲಾಗದೆ

ಒಂದು ಸಾಫ್ಟ್ ಆದ ಬೆಡ್‌ಶೀಟನ್ನು ವೃತ್ತಾಕಾರವಾಗಿ ಮಡಚಿ ಪೃಷ್ಠ ಭಾಗದಡಿ ಸೀಟ್‌ನಂತೆ ಹಾಕಿ ಕುಳಿತುಕೊಳ್ಳಲಾರಂಭಿಸಿದೆ. ಮಗುವಿಗೆ ಹಾಲು ಕುಡಿಸುವಷ್ಟು ಹೊತ್ತು ಯಾತನೆಯನ್ನು ಕೊಂಚ ಕಡಿಮೆ ಮಾಡಿತಿದು.

ಅಜ್ಜಿ ಫಟಾಫಟ್ ಅಡುಗೆ ಮಾಡಿ ಮಧ್ಯಾಹ್ನದ ಹೊತ್ತಿಗೆ ಘಮಘಮಿಸುವ ಊಟದ ಕ್ಯಾರಿಯರ್ ಹಿಡಿದು ಹಾಜರಾದಳು. ನನಗೆ ಬಾಣಂತನದ ಊಟ ಯಾವಾಗಲೂ ರುಚಿ ರುಚಿ. ಮೊದಲ ದಿನವಾದ್ದರಿಂದ ಮೆತ್ತನೆಯ ಅನ್ನಕ್ಕೆ ಕಾಳು ಮೆಣಸಿನ ಸಾರು ಮಾಡಿ ತಂದಿದ್ದಳು. ಅದಕ್ಕೆ ತುಪ್ಪ ಬೆರೆಸಿ ಊಟ ಮಾಡಿದೆ. ಕಾಫಿ-ಬ್ರೆಡ್ ಮಾತ್ರ ಬೆಳಗ್ಗಿಂದ ತಿಂದಿದ್ದ ಹೊಟ್ಟೆಗೆ ಹಾಯೆನಿಸಿತು. 'ನಿನ್ನ ದೇಹಕ್ಕೆ ಕಾಳುಮೆಣಸು ಆಗದಿಲ್ಲೆ. ಅದಿಕ್ಕೆ ಜಾಸ್ತಿ ಖಾರ ಮಾಡಲ್ಲೆ' ಎಂದಳಜ್ಜಿ. ಕಳೆದ ಬಾಣಂತನದಲ್ಲೇ ನನ್ನ ಶರೀರವನ್ನು ಸ್ಟಡಿ ಮಾಡಿಬಿಟ್ಟಿದ್ದಳು. ಹಾಗಾಗಿ ಈ ಬಾರಿ ಕಾಳುಮೆಣಸು ಲೆಕ್ಕಕ್ಕೆ ತಕ್ಕಷ್ಟೇ ಹಾಕಿದ್ದಳು. ಹಿಂದೆ ಮನೆಯಲ್ಲೇ ಹೆರಿಗೆ ಆಗುತ್ತಿದ್ದ ಸಂದರ್ಭದಲ್ಲಿ, ಮಗು ಹುಟ್ಟಿದ ಕೂಡಲೇ ಬಾಳಂತಿಗೆ ಮೊದಲು 'ಒಡಮೆಣಸು' ಕೊಡುತ್ತಿದ್ದರಂತೆ. ಎರಡು ಚಮಚದಷ್ಟು ಬೆಲ್ಲವನ್ನು (ಆಲೆಮನೆಯಲ್ಲಿ ದೊರಕುವ ಡಬ್ಬಿಬೆಲ್ಲ) ಕುದಿಸಿದ ನಂತರ, ಎರಡು ಚಮಚ ತುಪ್ಪ ಹಾಕಿ ನಂತರ ಮೆಣಸಿನ ಪುಡಿಯನ್ನೂ ಹಾಕಿ ಕುದಿ ಬರಿಸಿಕೊಳ್ಳಬೇಕು. ಪುಟ್ಟ ಲೋಟದಲ್ಲಿ ಸುಮಾರು 100ಎಂಎಲ್‌ನಷ್ಟನ್ನು ಬಾಳಂತಿಗೆ ಕುಡಿಯಲು ಕೊಡಬೇಕು. ಹೀಗೆ ಒಡಮೆಣಸನ್ನು ಮಾಡುವ ವಿಧಾನ ತಿಳಿಸಿದ ಅಜ್ಜಿ, ಈಗೆಲ್ಲಾ ಆಸ್ಪತ್ರೆಯಲ್ಲೇ ಹೆರಿಗೆಯಾಗುವ ಕಾರಣ ಒಡಮೆಣಸು ಕೊಡಲು ಅವಕಾಶವೇ ಇಲ್ಲ ಎಂದಳು. ಆದರೂ ನನ್ನ ಹೆರಿಗೆ ಇಷ್ಟೆಲ್ಲಾ ದಾಂಗುಡಿಯಲ್ಲಿ ಆಗದೆ ಇರುತ್ತಿದ್ದರೆ ಅವಳು ಖಂಡಿತ ಒಡಮೆಣಸು ಕೊಡುತ್ತಿದ್ದಳಂತೆ. ಗರ್ಭಕೋಶದ ಒಳಗಾದ ಗಾಯಗಳು ಬೇಗ ಮಾಗಲು ಈ ಒಡಮೆಣಸು ಉತ್ತಮ ಔಷಧ.

ಆ ದಿನ ಸಂಜೆ ಅಮ್ಮ-ಅಪ್ಪನೂ ಮಂಗಳೂರಿಂದ ಬಂದು ತಲುಪಿದರು. ಗರ್ಭಿಣಿ ಎಂದು ತಿಳಿದ ಕೂಡಲೇ ಅಮ್ಮ ಬಾಳಂತಿ-ಮಗುವಿಗೆ ಬೇಕಾದ ಬಟ್ಟೆ ಕಲೆಹಾಕಲು ಶುರು ಮಾಡಿದ್ದಳು. ಹಾಗೆ ಕಲೆಹಾಕಿದ ಬಟ್ಟೆಗಳ ಎರಡು ದೊಡ್ಡ ಬ್ಯಾಗ್ ಕೂಡಾ ಬಂದು ಸೇರಿತು. ತಮ್ಮ ಮೊಮ್ಮಗುವನ್ನು ಎತ್ತಿಕೊಳ್ಳುವ ಅಪ್ಪ-ಅಮ್ಮನ ಕಣ್ಣಿನ ಆಳವನ್ನು ನಿರುಕಿಸುವ ಅದೃಷ್ಟ ಜಗತ್ತಿನ ಎಲ್ಲಾ ಹೆಣ್ಣುಮಕ್ಕಳಿಗೂ ಒಲಿಯಬೇಕು. ನನಗೆ ಜೀವ ಕೊಟ್ಟ ಮಾಗಿದ ಜೀವಗಳ ಕೈಯಲ್ಲಿ ನನ್ನ ಎಳೇ ಜೀವ. ಇಂಥ ಘಳಿಗೆಯಲ್ಲಿ ತಡೆದರೂ ಬಿಡದೆ ಕಣ್ಣೆವೆಯಿಂದ ಹನಿಯೊಂದು ಜಾರುತ್ತದೆ. ಹರಿಯಲಿ ಬಿಡು ಎಂದು ಹರಿಯಗೊಟ್ಟೆ. ಅವರಿಬ್ಬರ ಸ್ಥಿತಿಯೂ ಭಿನ್ನವಾಗಿರಲಿಲ್ಲ. ಬೆಳಗ್ಗಿಂದ ನನ್ನ ನೋಡುವ ತನಕವಿದ್ದ ದುಗುಡವೊಂದು ಅಮ್ಮನಿಗೆ ಈಗ ಕಳೆದಿತ್ತು.

ಮರುದಿನವೂ ಆಸ್ಪತ್ರೆಯಲ್ಲೇ ಕಳೆದ ನನಗೆ ಮನೆಯಿಂದ ದುಂಡುಮಲ್ಲಿಗೆ ಸೊಪ್ಪಿನ ಪೋಳುದ್ಯ (ಸಾಂಬಾರಿಗಿಂತ ಇನ್ನೊಂಚೂರು ಗಟ್ಟಿ ಇರುವ ಪದಾರ್ಥ) ಮಾಡಿ ತಂದಿದ್ದಳು ಅಜ್ಜಿ. ಆಸ್ಪತ್ರೆಯಾದ ಕಾರಣ ಬಾಳಂತಿಯ ಸ್ನಾನ ಮಾತ್ರ ಅಜ್ಜಿಗೆ ಸಮಾಧಾನವಾಗುವ ಮಟ್ಟಕ್ಕೆ ಆಗುತ್ತಿರಲಿಲ್ಲ. ಮನೆಯ ಹಂಡೆ ಸ್ನಾನಕ್ಕೂ, ಆಸ್ಪತ್ರೆಯ ಬಕೆಟ್ ಸ್ನಾನಕ್ಕೂ ವ್ಯತ್ಯಾಸ ಇದ್ದೇ ಇದೆಯಲ್ಲ. ನಾಳೆ ಡಿಶ್ಚಾರ್ಜ್ ಎಂದ ಕಾರಣಕ್ಕೆ ಅವಳಿಗೂ ಸಮಾಧಾನವಾಗಿತ್ತು. ಮನೆಯಲ್ಲಿ ಬಾಣಂತನ ಮಾಡುವ ಗಮ್ಮತ್ತೇ ಬೇರೆ. 'ಒಂದು ಮಗುವನ್ನು ಹೆತ್ತ ತಾಯಿ' ಎಂಬ ಪೇಟೆಂಟೆಡ್ ಡೈಲಾಗ್ ಹೊಡೆಯುತ್ತಿದ್ದ ನಾನು 'ಎರಡು ಮಕ್ಕಳ ಹೆತ್ತ ತಾಯಿ' ಎಂದು ಡೈಲಾಗ್ ಚೇಂಜ್ ಮಾಡಿ ಹೇಳಲು ಶುರು ಮಾಡಿದ್ದೆ. 'ಬಾಳಂತಿ ನೀನು, ಸುಮ್ಮನೆ ಮಲ್ಗು. ಹಂಗೆಲ್ಲ ಹೇಳ್ತಾ ಇರಡ' ಎಂದು ಅಜ್ಜಿ ಗದರುತ್ತಿದ್ದಳು. ತಮ್ಮನನ್ನು ನೋಡಲು ಆಸ್ಪತ್ರೆಗೆ ಬಂದ ಸಾರ್ಥಕನಿಗಂತೂ ಮುಗಿಯದ ಬೆರಗು ಬೆರೆತ ಪ್ರಶ್ನೆಗಳು, 'ನಿಂಗೆ ಹೊಟ್ಟೆ ನೋವಾಗ್ತಾ? ತಮ್ಮ ಯಾಕೆ ಕಣ್ಣು ಮುಚ್ಚಿಕೊಂಡಿದ್ದ? ಯಾವಾಗ ಏಳ್ತ? ಯಾಕಿಷ್ಟು ನಿದ್ರೆ? ಎಷ್ಟು ಪುಟೀ ಬೆರಳು.. ನಾನಿನ್ನು ಅಣ್ಣ ಅಲ್ದಾ?' ಇಷ್ಟು ದಿನ ಪುಟ್ಟ ಕಂದನಾಗಿದ್ದ ಸಾರ್ಥಕ ಇದ್ದಕ್ಕಿದ್ದಂತೆ ಅಣ್ಣನಾಗಿದ್ದಕ್ಕೆ ನನಗೂ ಅದೇನೋ ಕಳವಳ. ಮೊನ್ನೆ ಮೊನ್ನೆಯಷ್ಟೇ ಸಾರ್ಥಕ ಹುಟ್ಟಿದಂತಿದೆ. ಈಗ ಈ ಗುಲಾಬಿ ಕಂದ! ಮಕ್ಕಳನ್ನು ಬೇಗ ದೊಡ್ಡವರನ್ನಾಗಿಸುವ ಕಾಲದ ಬಗ್ಗೆ ಖೇದಗೊಳ್ಳುತ್ತಿರಲು ಸಾರ್ಥಕ ನಿನ್ನೆ ತಾನು ತಂದಿದ್ದ, ನಿನ್ನೆಯಷ್ಟು ಬೆಳ್ಳಗಿಲ್ಲದೆ ಮಾಸಲು ತೊಡಗಿದ್ದ ಹೂವುಗಳ ಹರಗಿಕೊಂಡು ಲೆಕ್ಕ ಮಾಡುತ್ತಾ ಕೂತ.

ಕೈ ಕತ್ತಿ-ಗಾಳಿಭೂತ

ಡೆಲಿವರಿ ಆಗಿ ಪುಟಾಣಿ ಕಂದನ ಬೆಚ್ಚಗೆ ಹೊದ್ದಿಸಿಕೊಂಡು ಆಸ್ಪತ್ರೆಯಿಂದ ಮನೆಗೆ ಬರುತ್ತಿದ್ದಂತೇ ಅತ್ತೆ ಆರತಿ ಎತ್ತಿ, ಕುಂಕುಮ ನೀರು ಸುಳಿದು ತುಳಸಿ ಮುಂದೆ ಒಡೆಯಲು ಕಾಯಿ ಎತ್ತಿಟ್ಟರು. ಆಸ್ಪತ್ರೆಯಿಂದ ಮನೆ ತನಕವೂ ನನ್ನ ಜೊತೆಗೇ ಇದ್ದವಳು ಅಜ್ಜಿ. ಒಳಬಂದು ಆಸರಿಗೆ ಕುಡಿಯುವ ಮೊದಲು ಭಲೇ ಗಡಿಬಿಡಿಯಲ್ಲಿ ಹಿತ್ತಲ ಕಡೆ ಧಾವಿಸಿದವಳೇ ಅಲ್ಲಿಂದ ಪುಟ್ಟ ಕೈಕತ್ತಿಯೊಂದನ್ನು ತಂದು ನನ್ನ ಕೈಗೆ ಹಿಡಿಸಿದಳು. ಕೊಂಚ ತಾಕೀತಾಗಿಯೇ, "ಹತ್ತು ದಿನ ಕಳ್ದು ಒಳಗೆ ಬರ ತನಕ ಕತ್ತಿ ಹಿಡ್ಕಂಡೇ ಇರಕು" ಎಂದಳು.

ಬರುಬರುತ್ತಿದ್ದಂತೆ ಇದೇನಪ್ಪ ಕಿರಿಕಿರಿ ಎಂದುಕೊಂಡೇ, "ಎಂತ ಮೊಳ್ಳನೇ ಅಜ್ಜೀ? ಅದು ಹೆಂಗಾಕ್ತು? ಪಾಪುಗೆ ಹಾಲು ಕುಡಿಸದಿರ್ತು. ಊಟ, ನಿದ್ರೆ, ಸ್ನಾನ ಆಮೇಲೆ 'ಅ...ಲ್ಲೆ...ಲ್ಲಾ.. ಹೋಗ ಟೈಮಲ್ಲಿ ಕತ್ತಿ ಹಿಡ್ಕಂಡೇ ಇರಲೆಲ್ಲ ಸಾಧ್ಯವಿಲ್ಲೆ" ಅಂತ ನಾನೂ ಸ್ವಲ್ಪ ಓವರ್ ರಿಯಾಕ್ಟ್ ಮಾಡಿದೆ. ಅದಕ್ಕೊಂದು ಕಾರಣವೂ ಇತ್ತು. ಶಾಸ್ತ್ರ-ಸುಂಟಿಕೊಂಬು ಅಂತ ಬಾಳಂತಿ ಮೇಲೆ ಅತಿಯಾಗಿ ಏನೂ ಹೇರೋದು ಬೇಡ ಅಂತಾದರೆ ಆರಂಭದಲ್ಲೇ ಇಂಥಹ ಎಲ್ಲಾ ಥರದ ಸ್ಕೀಮ್ ಗಳನ್ನು ತಡೆಯಬೇಕು. ಇಲ್ಲದಿದ್ದರೆ ಒಂದರ ಹಿಂದೆ ಇನ್ನೊಂದು ಅಂತ ಥರಹೇವಾರಿ ರೂಲ್ಸ್‌ಗಳು ಬಾಳಂತಿ ಸುತ್ತ 'ಮೈ ಕಾಸುವ' ಕಂಬಳಿ ಸುತ್ತಿಕೊಂಡಂತೇ ಸುತ್ತಿಕೊಳ್ಳುವುದು ಪಕ್ಕಾ..

ಆದರೆ ನನ್ನ ಮಾತಿಗೆ ಅಜ್ಜಿ ಚೂರೂ ಸೊಪ್ಪೇ ಹಾಕದೆ, ಪರಮ ಅಜ್ಞಾನಿಯಂತೆ ನನ್ನನ್ನು ನೋಡ್ತಾ, "ನಿನ್ನ ತಲೆ.. ಇಡೀ ದಿನ ಅಂದ್ರೆ, ದಿನಪೂರ್ತಿ ಕತ್ತಿ ಕೈಯಲ್ಲೇ ಹಿಡ್ಕಂಡು ದೇವ್ರ ಥರ ನೆಟ್ಟಗೆ ಕೂತಿರಕು ಹೇಳಲ್ಲ. ಎದ್ಗಂಡು ಅತ್ಲಾಗೆ ಇತ್ಲಾಗೆ ಓಡಾಡ

ಹೊತ್ತಿಗೆ ಕತ್ತಿ ಹಿಡ್ಕಂಡಿರಕು ಹೇಳಿದ್ದು. ಹಂಗಂತ ಇನ್ನು ಎದ್ದೆದ್ದು ಓಡಾಡಲೆ ಶುರು ಮಾಡದೇನೂ ಬ್ಯಾಡ.. ಹಸಿ ಬಾಳಂತಿ ನೀನು. ನೆನಪಿರ್ಲಿ" ಅಂದವಳು ತುಂಬಾ ಮುತುವರ್ಜಿಯಿಂದ ಕತ್ತಿಯನ್ನು ನನ್ನ ಹಾಸಿಗೆಯ ದಿಂಬಿನ ಕೆಳಗೆ ಇರಿಸಿದಳು.

ಅಜ್ಜಿಯ ಬಾಣಂತನದ ಪ್ರಯೋಗಗಳಿಂದ ತಪ್ಪಿಸಿಕೊಳ್ಳೋದು ಕಷ್ಟ ಎಂಬುದು ಅರಿವಿದ್ದರೂ ನವಯುಗದ ಬಾಳಂತಿ ನಾನು. ಹೇಳಿದ್ದೆಲ್ಲಾ ತೆಪ್ಪಗೆ ಕೇಳಿಸ್ಕೊಂಡ್ರೆ ಮರ್ಯಾದೆಗೆ ಸ್ವಲ್ಪ ಕಮ್ಮಿ ಅನ್ನಿಸಿದ್ದಕ್ಕೆ, "ಸುಮ್ ಸುಮ್ನೆ ಕತ್ತಿ ಹಿಡ್ಕಂಡು ಓಡಾಡಕೆ

ನಾ ರೆಡಿ ಇಲ್ಲೆ, ನೀ ಹೇಳ್ಲೇಬೇಕು" ಎಂದೆ. ಶಿಶು ಮುಂದೆ ಅದನ್ನೆಲ್ಲಾ ಹೇಳುವುದು ಒಳ್ಳೆಯದಲ್ಲ ಎಂದರೂ ನಾನು ಪಟ್ಟು ಬಿಡಲು ತಯಾರಿರಲಿಲ್ಲ.

ಕೊನೆಗೆ ಸತ್ಯವನ್ನು ಹೇಳುತ್ತಿರುವ ಮಹಾನ್ ಅಪರಾಧೀ ಭಾವದಲ್ಲಿ, "ಕೆಲವೊಂದೆಲ್ಲಾ ಹೇಳ್ಲಾಗ ಅಂದ್ರೆ ಗೊತ್ತೇ ಆಗದಿಲ್ಲೆ. ಹೊರಗೆಲ್ಲಾ ಗಾಳಿಗೆ ಹೋಗವಾಗ ಎಂತೆಂತೋ ಕೆಟ್ಟ ದೃಷ್ಟಿ ಬೀಳ್ತು" ಎಂದಷ್ಟೇ ಹೇಳಿ ಸುಮ್ಮನಾದಳು. ಹೊರಗೇ ಹೋಗದಿರುವಾಗ ಯಾರ ಕೆಟ್ಟ ದೃಷ್ಟಿ ಬೀಳುತ್ತದೋ ಗೊತ್ತಾಗಲಿಲ್ಲ. ಇದರ ಒಳಮರ್ಮ ಇನ್ನೂ ಏನೋ ಇರಬೇಕಲ್ಲ ಎನಿಸಿ ಮತ್ತೆ ಕೆದಕಿದೆ.

ಪೂರ್ತಿ ಹೇಳದೆ ವಿಧಿ ಇಲ್ಲ ಎಂಬಂತಾದ ಅಜ್ಜಿ ಬಾಯಿಂದ ರಿಯಲ್ ಉತ್ತರ ಬಂತು– "ಹೊರಗೆ ಗಾಳಿ ಭೂತ ಅಂತ ಒಂದಿರ್ತು. ಕಬ್ಬಿಣ ಹಿಡಿದ್ರೆ ಅದ್ಯಾವುದೂ ಹತ್ತಿರ ಸುಳಿಯದಿಲ್ಲೆ! ಕತ್ತಿ ನೋಡಿ ಹೆದರಿ ಓಡಿ ಹೋಗ್ತು.." ಅಜ್ಜಿ ಗಂಭೀರವಾಗಿ ಹೇಳಿದ ಉತ್ತರ ಕೇಳಿ ನಂಗೆ ಪಿಸಪಿಸ ನಗು. ಗುಡ್ಡದ ಭೂತದ 'ಡೆನ್ನಾನಾ ಡೆನ್ನಾನಾ..' ಹಾಡು ಬ್ಯಾಕ್‌ಗ್ರೌಂಡ್‌ನಲ್ಲಿ ಪ್ಲೇ ಆಗಿ ಆಫ್ ಆಯ್ತು. ಭೂತದ ವಿಷಯ ಕೇಳಿ ಹೆದರಿಕೊಳ್ಳುತ್ತೇನೆ ಎಂದುಕೊಂಡಿದ್ದ ಅಜ್ಜಿಗೆ ಪೆಚ್ಚಾಯಿತು ಎನಿಸುತ್ತದೆ. "ನಿಮಗೆ ಎಲ್ಲದೂ ತಮಾಷೆ. ಹಿಂದೆಲ್ಲಾ ನಾವು ಯಾಕೆ, ಏನು ಅಂತ ಪ್ರಶ್ನೆ ಮಾಡ್ತಿರ್ಲೆ" ಎಂದು ಪ್ರಶ್ನೆ ಮಾಡಿದ್ದೇ ತಪ್ಪು ಎಂಬ ನಿರ್ಧಾರಕ್ಕೆ ಬಂದಳು.

ಆದರೂ ಹೀಗೆಲ್ಲ ಯಾಕಿರಬಹುದು ಅಂತ ಯೋಚಿಸಿದಾಗ ನನಗೆ ಹೊಳೆದದ್ದಿಷ್ಟು– ಹಿಂದೆಲ್ಲಾ ಹತ್ತು ದಿನ ಕಳೆಯುವ ತನಕ ಬಾಳಂತಿಯನ್ನು ಜಗಲಿಯಲ್ಲೇ ಮಲಗಿಸುತ್ತಿದ್ದರು. ಬಹುಶಃ ಯಾವುದಾದರೂ ಹುಳ–ಹುಪ್ಪಡಿ, ಹಾವು–ಹಾರಣೆ

ಅಥವಾ ಯಾವುದೇ ಜೀವ ಜಂತುಗಳು ಬಂದರೂ ರಕ್ಷಣೆಗಿರಲಿ ಎನ್ನುವುದಕ್ಕಿರಬೇಕು. ಆಗ ಬಚ್ಚಲು ಕೂಡ ಹೊರಗೇ ಇರುತ್ತಿದ್ದ ಕಾರಣ ಓಡಾಡುವಾಗ ಇಂತಹ ಯಾವುದೇ ಸಣ್ಣ ಅಪಾಯ ಇದ್ದರೂ ಕತ್ತಿಯೊಂದರಿಂದ ನಿಭಾಯಿಸಬಹುದು ಎನ್ನುವ ಯೋಚನೆ ಇರಬಹುದು. ಅದನ್ನೇ ಅಜ್ಜಿಗೂ ಹೇಳಿದೆ. ಅದೇನಾದ್ರೂ ಇರಲಿ, ನಾವಂತೂ ತಿಂಗಳು ಮುಗಿಯುವ ತನಕ ಕತ್ತಿ ಹಿಡಿದೇ ಓಡಾಡಿದ್ದು ಎಂದು ಹೆಮ್ಮೆಯ ಲುಕ್ ಕೊಟ್ಟು ಒಳನಡೆದಳು.

ಮೊದಲ ಹನ್ನೆರಡು ದಿನ ಕೈಕತ್ತಿ ಹಿಡಿದು ಓಡಾಡಲು ನನಗಂತೂ ಮರೆತೇ ಹೋಗುತ್ತಿತ್ತು. ಅಜ್ಜಿ 'ಕತ್ತಿ ಎಲ್ಲೇ?' ಎನ್ನೋಳು. ನಾನು ಪ್ರತಿ ಸಾರಿ, ಮರೆತು ಹೋಯಿತು ಎನ್ನಲು ಮರೆಯುತ್ತಿರಲಿಲ್ಲ! ಹಾಗೂ ಹೀಗೂ ಹನ್ನೆರಡು ದಿನ ಕಳೆದೇ ಹೋಯಿತು. ಫೀಲ್ಡಲ್ಲಿರೋ ರೌಡಿಗಳು ಲಾಂಗ್ ಹಿಡಿದೇ ಮಲಗುವಂತೆ ನನ್ನ ಹಾಸಿಗೆ ಅಡಿಯಲ್ಲಿ ಕತ್ತಿ ಇದೆ ಎಂದು ಗೊತ್ತಿರುವುದಕ್ಕೋ ಏನೋ ಗಾಳಿ ಭೂತವಂತೂ ಈ ಬಾಳಂತಿಯ ಹತ್ತಿರ ಸುಳಿಯಲಿಲ್ಲ!

ಬಾಳಂತಿ ಪುರಾಣ 4

ಹುಯ್ಯೋ ಅಯ್ಯೋ ಬಿಸಿನೀರು

ಆವತ್ತಿಗೆ ಸಂಪನ್ನ ಹುಟ್ಟಿ ನಾಲ್ಕನೇ ದಿನ. ಮೂರು ದಿನ ಆಸ್ಪತ್ರೆಯಲ್ಲಿದ್ದ ಕಾರಣ ಬಾಳಂತಿಗೆ ಬಹುಮುಖ್ಯವಾಗಿ ಸಿಗಬೇಕಾಗಿದ್ದ ಹಂಡೆ ಸ್ನಾನ ಇನ್ನೂ ಆಗಿರಲಿಲ್ಲ. ಹಾಗಾಗಿ ಅಜ್ಜಿಯ ಉಸ್ತುವಾರಿಯಲ್ಲಿ ಭರ್ಜರಿ ತಲೆಸ್ನಾನಕ್ಕೆ ಸಕಲ ಸಿದ್ಧತೆಗಳೂ ನಡೆದಿತ್ತು. ಹಂಡೆ ನೀರಿಗೆ ಕಹಿಬೇವಿನ ಸೊಪ್ಪು, ಆಡುಸೋಗೇ ಸೊಪ್ಪು, ಇನ್ನೂ ಒಂದಷ್ಟು ಔಷಧೀಯ ವಸ್ತುಗಳು ಬಿದ್ದು ಕೊತಕೊತಿಸುತ್ತಿದ್ದವು. ತಾಳಗುಪ್ಪದ ಅತ್ತೆ ಮನೆಯಲ್ಲಿ ಇರುವುದು ಸೋಲಾರ್, ಬಿಟ್ಟರೆ ಗೀಜರ್. ಎಲ್ಲ ಹೊಸ ಕಾಲದ ಬಿಸಿನೀರ ವ್ಯವಸ್ಥೆಗಳೇ. ಹಾಗಾಗಿ ಬಾಳಂತಿಗೆಂದೇ ಸ್ಪೆಶಲ್ ಬಚ್ಚಲು ಸಿದ್ಧಗೊಂಡಿತ್ತು. ಸಿಮೆಂಟ್ ಒಲೆ ಮಾಡಿ, ಸುಮಾರು ಇಪ್ಪತ್ತು ಕೊಡಪಾನದಷ್ಟು ನೀರು ಹಿಡಿವ ಸೈಜಿನ ಹಂಡೆ ಕೂರಿಸಲಾಗಿತ್ತು. ತಿಂಗಳ ಹಿಂದೆಯೇ ಅತ್ತೆ ಮಾಡಿದ ಸಿದ್ಧತೆ ಇವೆಲ್ಲ. ಬಾಳಂತಿ 'ಕೆಂಡ ಕಾಯಿಸುವ' ಪ್ರಕ್ರಿಯೆ ಸರಿಯಾಗಿ ಆಗಬೇಕೆಂಬುದೇ ಹೀಗೆ ಒಲೆ ಸಿದ್ಧಗೊಳ್ಳಲು ಮುಖ್ಯ ಕಾರಣ.

ಅಜ್ಜಿ ಕಹಿಬೇವು– ಕಾಳುಜೀರಿಗೆಯ ನಂಜಿನೆಣ್ಣೆ ತಯಾರಿಸಿ, ಅದನ್ನು ನನ್ನ ಮೈಗೆ ಹಚ್ಚಿ, ಎಣ್ಣೆ ಹೀರಲು ಬಿಟ್ಟು ಕೈಯಲ್ಲೊಂದು ಸ್ಟ್ರಾಂಗ್ ಕಾಫಿ ಹಿಡಿದು ನಿಂತಿದ್ದಳು. ಎಣ್ಣೆ ಮೈಗೆ ಹೀರಿಕೊಳ್ಳುವ ಗ್ಯಾಪಲ್ಲಿ ಹೊಟ್ಟೆ ಕಾಫಿ ಹೀರಿಕೊಳ್ಳಲಿ ಎಂಬ ಸಮಯ ಉಳಿತಾಯದ ಯೋಜನೆ ಅವಳದು!

ಮಗು ಹೆತ್ತ ಈ ಆರಂಭದ ದಿನಗಳಲ್ಲಿ ಮೈಯಲ್ಲಿ ಶಕ್ತಿಯೇ ಇಲ್ಲವೇನೋ ಎಂಬಂತಾಗಿರುತ್ತದೆ. ಕೂರುವುದು– ಏಳುವುದೇ ಮಹಾನ್ ಯಾತನೆ. ದೇಹದ ನರ ನರಗಳಲ್ಲೂ ನೋವು. ಈ ಬಾಳಂತಿ ಸ್ನಾನ ದೇಹಕ್ಕೆ ಚೈತನ್ಯ ಕೊಡುವಂತಹುದು.

ಹಂಡೆಗಟ್ಟಲೆ ಚಂದದ ಸ್ನಾನವಾಗುತ್ತದೆ ಎಂಬ ಖುಷಿಯಲ್ಲಿ ನಾನು. ಪುಟ್ಟ ಸ್ಟೂಲ್‌ನಲ್ಲಿ ಕೂರಿಸಿ ಶುರುವಾಯಿತು ನೋಡಿ ಸ್ನಾನ. ಬಾಳಂತಿ– ಶಿಶು ಸ್ನಾನಕ್ಕೆಂದೇ ಚೌಡಮ್ಮ ಅಪಾಯಿಂಟ್ ಆಗಿದ್ದರು. ಚೌಡಮ್ಮ ಬಿಸಿ ನೀರು ತೋಡಿ ಸಡಿಲು ಸಡಿಲಾಗಿ ಬಳುಕುತ್ತಿದ್ದ ಹೊಟ್ಟೆಗೆ ರಾಚಿದಳಪ್ಪ 'ಅಯ್ಯಪ್ಪಾಆಆಆ.. " ಎಂದು ಕೂಗಿಕೊಂಡೆ.

"ಎಂತ ಆತು ಅಕ್ಕೋರೆ' ಎಂದು ಚೌಡಮ್ಮನಿಗೆ ಟೆನ್ಷನ್. ಅಜ್ಜಿಗಂತೂ ಡಬಲ್ ಟೆನ್ಷನ್.

ಚೌಡಮ್ಮನೇನೋ ಬಾಳಂತಿಗೆ ಸಾಮಾನ್ಯವಾಗಿ ಹಾಕುವ ಸ್ವಲ್ಪ ಹೆಚ್ಚೇ ಬಿಸಿಯಾದ ನೀರು ಸೋಕಿದ್ದಳು. ಒಂದು ಬಕೆಟ್ ತಣ್ಣೀರಿಗೆ ಕರೆಕ್ಟಾಗಿ ಲೆಕ್ಕ ಮಾಡಿ ನಾಲ್ಕೇ ನಾಲ್ಕು ತಂಬಿಗೆ ಮಾತ್ರ ಬಿಸಿ ನೀರು ಮಿಕ್ಸ್ ಮಾಡಿ ಹೊಯ್ದುಕೊಳ್ಳುವ ನನ್ನ ಪಾಲಿಗದು ಕೊತ ಕೊತನೆ ಕುದಿವ ಅಗ್ನಿಪರ್ವತದ ಲಾವಾರಸ. "ಇಷ್ಟೆಲ್ಲಾ ಬಿಸಿ ಹಾಕಿದ್ರೆ ನಾನು ಕರಗಿ ಹೋಗ್ತೀನಿ. ಸ್ವಲ್ಪ ತಣ್ಣೀರು ಹೊಯ್ರೀ ಚೌಡಮ್ಮ..' ಎಂದು ಚುರ್ ಅನ್ನುತ್ತಿದ್ದ ಹೊಟ್ಟೆ ಮುಟ್ಟಿಕೊಂಡು ಅಲವತ್ತುಕೊಳ್ಳುತ್ತಿದ್ದರೆ ನನ್ನ ಮಾತಿಗೆ ಸೊಪ್ಪು ಹಾಕೋಕೆ ಒಬ್ಬರಾದರೂ ಇರಬೇಕಲ್ಲ.

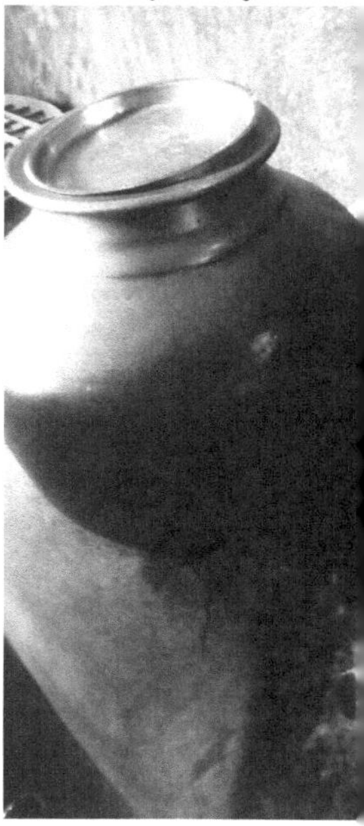

"ಸುಮ್ಮನೆ ಕೂತ್ಕಂಡು ಹೊಯ್ಸಿಸ್ಕ.." ಅಜ್ಜಿಯ ಆರ್ಡರ್.

"ಏನಕ್ಕಾ.. ಬಾಳಂತಿ ಇಷ್ಟೂ ಬಿಸಿ ಹೊಯ್ಕಂಡಿಲ್ಲ ಅಂದ್ರೆ ಮೈ ಕರಗೋದು ಹ್ಯಾಗೆ?" ಎಂದು ಚೌಡಮ್ಮನಿಂದಲೂ ಹಿತವಚನ. ಆಯ್ತಲ್ಲ! ಸುಮ್ಮನೆ ಕೂರದೆ ವಿಧಿ ಇಲ್ಲ.

ಬಿಸಿನೀರು ತಾಗಿದರೆ ಮೈಕೈ ನೋವು ವಾಸಿಯಾಗುವ ಜೊತೆಗೆ ಹೊಟ್ಟೆಯೂ ಚಟ್ಟುತ್ತದೆ ಎಂದು ಅಜ್ಜಿ ಪಾಠ ಮಾಡಿದಳು. ಹೊಟ್ಟೆ ಚಟ್ಟುತ್ತದೋ, ಸುಟ್ಟು ಹೋಗುತ್ತದೋ ಅಂತೂ ಹೊಟ್ಟೆ ಸಪಾಟಾಗಲು ಏನು ಬೇಕಾದರೂ ಮಾಡಲು ರೆಡಿ ಇದ್ದ ನಾನು ಕಿರುಚಬೇಕೆನಿಸಿದರೂ ತೆಪ್ಪಗೆ ಕೂತು ನೀರು ಹೊಯ್ಯಿಸಿಕೊಂಡೆ.

ಆಗಲೇ ಅಜ್ಜಿ ಈ ವಿಷಯ ಹೇಳಿದ್ದು–

ಹಿಂದೆಲ್ಲಾ ಬಾಳಂತಿಯನ್ನು ಬಿಸಿನೀರು ತುಂಬಿದ್ದ ದೊಡ್ಡ ಬಾನಿಯೊಳಗೆ (ಮಣ್ಣಿನ ದಪ್ಪನೆಯ– ದೊಡ್ಡ ಡ್ರಮ್) ಕುತ್ತಿಗೆ ತನಕ ನೀರಿರುವಂತೆ ಮುಳುಗಿಸಿ ಮೇಲಿಂದ ಮತ್ತೆ ಬಿಸಿನೀರು ಸುರಿಯುತ್ತಿದ್ದರಂತೆ. ಇದಕ್ಕೆ ಬಾಳಂತಿ ಅಭ್ಯಂಜನ ಎನ್ನುತ್ತಿದ್ದರಂತೆ. "ಈಗಿನ ಕಾಲದವ್ರಿಗೆ ಹಂಗೆಲ್ಲ ಮಾಡಿದ್ರೆ ಕಥೆ ಎಂತಾಗ್ತಿತ್ತೋ?

ನೀನಂತೂ ಬಾಣಂತನ ಸಾಕು ಅಂತ ಬೆಂಗಳೂರಿಗೆ ಓಡಿ ನಡೀತಿದ್ಯೇನ" ಅಂತ ಅಜ್ಜಿ ಕಿಚಾಯಿಸಿದರೆ ಚೌಡಮ್ಮನಿಗೂ ನಗುವೋ ನಗು. ಈ ವ್ಯವಸ್ಥೆ ಕುವೆಂಪು ಅವರ 'ಅಜ್ಜಯ್ಯನ ಅಭ್ಯಂಜನ'ದಲ್ಲಿ ಕೊತಕೊತಿಸುವ ನೀರು ಹೊಯ್ದುಕೊಂಡು ಪ್ರಜ್ಞೆ ತಪ್ಪಿ ಬೀಳುತ್ತಿದ್ದ ಅಜ್ಜನ ಪಾರ್ಟ್2 ಸ್ಟೋರಿ ಥರ ಇದೆಯಲ್ಲಾ ಅನಿಸಿತು.

"ಅದೆಂತ ಸ್ನಾನ? ಮೈಗೆ ಹೊಯ್ಕಂಡಿರ ಎಣ್ಣೆ ಜಿಡ್ಡಿನ ನೀರು ಅಲ್ಲೇ ಬೀಳ್ತು. ಅದ್ರಲ್ಲೇ ಮತ್ತೆ ಸ್ನಾನಾನ? ಛೀ" ಎಂದು ಶುದ್ಧ ಪವಿತ್ರಾತ್ಮಳಂತೆ ಬಿಂಕದಿಂದ ಹೇಳಿ ಸೇಡು ತೀರಿಸಿಕೊಂಡೆ.

"ಬಾನಿಯಿಂದ ಹೊರಗೆ ಬಂದ್ಮೇಲೆ ಮತ್ತೆ ನೀರು ಹೊಯ್ಕಳಕು. ಎಂತ ಹಳಬರು ಅಷ್ಟು ಪೆದ್ರು ಮಾಡ್ಕಂಡ್ಯ?" ಎಂದ ಅಜ್ಜಿಯ ಜೊತೆ ಸೇರಿ ಚೌಡಮ್ಮನ ನಗುವೂ ಎರಡು ಸುತ್ತು ಹೆಚ್ಚಾಯಿತು. ಜೊತೆಗೆ ಒಂದು ಸೈನ್ಸನ್ನೂ ವಿವರಿಸಿದಳು ಅಜ್ಜಿ. ಬೇಗ ನೀರು ಬಿಸಿ ಆಗಲು ಹಂಡೆಗೆ ಹಿತ್ತಾಳೆ, ಇಲ್ಲ ತಾಮ್ರದ ತಂಬಿಗೆ ಮುಳುಗಿಸಿಡಬೇಕು. ಗೀಜರ್ ಒಳಗೆ ಹಂಗೆಲ್ಲಾ ಹಾಕೋಕೆ ಬಂದಿದ್ರೆ ಇನ್ನೂ ಬೇಗ ನೀರು ಕಾಯುತ್ತಿತ್ತೇನೋ ಅಲ್ವಾ? ಎಂದ ಅಜ್ಜಿ, "ಅಲ್ವೇ ಚೌಡಿ.. ನಿಮ್ಮ ಕಡೆ ಈ ಥರ ತಂಬಿಗೆ ಮುಳುಗಿಸೋ ಅಭ್ಯಾಸ ಇತ್ತಾ?" ಎನ್ನಲು ಚೌಡಮ್ಮ ಗೋಣಾಡಿಸಿದ್ದೇ ತಡ ಅಜ್ಜಿಯ ಸೆನ್ಸ್ ಆಫ್ ಹ್ಯೂಮರ್ ಜಾಗ್ರತವಾಯಿತು. "ಹೌದಾ? ಗೀಜರ್ ಒಳಗೆ ಅದೆಲ್ಲಿಂದ ತಂಬಿಗೆ ಹಾಕ್ತೀರೇ ಮಾರಾಯ್ತಿ. ನಂಗೊಂಚೂರು ತೋರ್ಸಿಕೊಡು" ಎಂದು ಚೌಡಮ್ಮನ ಕಾಲೆಳೆಯಲು ಶುರುವಿಟ್ಟಳು.

ಇದ್ಯಾವುದೋ ಉಷ್ಣವಾಹಕಕ್ಕೆ ಸಂಬಂಧಿಸಿದ ವಿಜ್ಞಾನ ಇರಬೇಕೆಂದುಕೊಂಡರೂ, ಕೊತಕೊತಿಸುತ್ತಿದ್ದ ನೀರನ್ನು ಹೊಯ್ಯಿಸಿಕೊಳ್ಳುತ್ತಾ ಸಂಕಟ ಏರಿದಂತಾಗಿದ್ದ ನನಗೆ ಮಾತಾಡಲಾಗಲೀ, ಯೋಚಿಸಲಾಗಲೀ ಶಕ್ತಿಯೇ ಇಲ್ಲದಾಗಿ ತುಟಿಪಿಟಕ್ಕೆನ್ನದೆ ಕೂತೆ. ಕುವೆಂಪು ಅಜ್ಜ ಪ್ರಜ್ಞೆ ತಪ್ಪಿದ್ದನ್ನು ಥಿಯರಿಯಲ್ಲಿ ಓದಿದ್ದ ನನಗೆ ಪ್ರಾಕ್ಟಿಕಲ್ ಆಗಿ ಹಾಗೆಂದರೇನೆಂದು ಅರ್ಥವಾಗಿತ್ತು. ಸ್ನಾನ ಮುಗಿಯುವಷ್ಟರಲ್ಲಿ ನಾನೂ ಏಕ್‌ದಂ ಸುಸ್ತು ಹೊಡೆದು ಹೋಗಿದ್ದೆ...

ಕೆಂಡ ಮತ್ತು ಕಂಬಳಿ

ಬಾಳಂತಿಗೆ ಕಟ್ಟಗಿನ ಬಿಸಿನೀರು ಸ್ನಾನ ಮುಗಿಯುತ್ತಿದ್ದಂತೆ ಅಜ್ಜಿಯೊಳಗೆ ಗಡಿಬಿಡಿ ಮಹಾಶಯ ಆವಾಹನೆಯಾಗಿ ಬಿಡುತ್ತಿದ್ದ. ಬೇಗ ಮೈ ಒರೆಸಿಕೊಳ್ಳಬೇಕು, ನೀರು ಹೀರಿ ಥಂಡಿ ಆದರೆ ಕಷ್ಟ, ಕಾದ ಮೈ ಆರಲು ಬಿಡಬಾರದು ಎನ್ನುವ ನೂರಾಒಂದು ಕಾರಣಗಳ ಲಿಸ್ಟೇ ಹಿಡಿದು ಅವಸರಿಸುತ್ತಿದ್ದಳು. ಹಾಗೆ ದಡಬಡಿಸಿ ತಂದ ಕಂಬಳಿಯನ್ನು ಬಿಡಿಸಿ ಹಿಡಿದು ನಿಂತಳೆಂದರೆ ಕರಿಕಪ್ಪು ಕಂಬಳಿಗೆ ನಾಲ್ಕು ಗ್ರೇಡ್ ಹೆಚ್ಚಾಗಿ ರೆಡ್ ಕಾರ್ಪೆಟ್ ನಂತೆ ಭಾಸವಾಗುತ್ತಿತ್ತು. ಮಾವ ಬಾಣಂತನಕ್ಕೆಂದೇ ಸ್ಪೆಶಲ್ಲಾಗಿ ಆರಿಸಿ ತಂದ ಕಂಬಳಿಯದು. ಮೈ ಒರೆಸಿಯಾಗುತ್ತಲೇ ಉರಿಯುವ ಒಲೆಯ ಎದುರು ಬಾಳಂತಿ ಪ್ರತಿಷ್ಠಾಪನೆ. ಇಡೀ ಮೈಗೆ ಕಂಬಳಿ ಮುಚ್ಚಿ ಎಲ್ಲೂ ಗಾಳಿ ಹೋಗದಂತೆ ಲಾಕ್ ಮಾಡಿದರೆ ಕನಿಷ್ಠಾತಿ ಕನಿಷ್ಠ ಇಪ್ಪತ್ತು ನಿಮಿಷವಂತೂ ಹಾಗೇ ಕೂರಬೇಕು. ಅಜ್ಜಿಯಂತೂ ಪದೇ ಪದೇ, "ಗಾಳಿ ಬತ್ತಿದ್ದನೆ? ಎಲ್ಲಾದ್ರೂ ಕಿಂಡಿ ಇದ್ರೆ ಹೇಳು ಮತ್ತೆ. ಹಂಗೆ ಕೂತ್ಕಳಡ. ಗಾಳಿ ಒಳಗ್ ಬರಲೆ ಬಿಟ್ರೆ ಕೆಂಡ ಕಾಸಿ ಏನು ಪ್ರಯೋಜ್ನ?" ಎಂದು ಈ ಪ್ರಪಂಚದ ಮೂಲಾಧಾರವಾದ, ಪಂಚಭೂತಗಳಲ್ಲಿ ಒಂದಾದ ವಾಯು ಪರಮಾತ್ಮನನ್ನೇ ಮುಂದಿನ ಮೂವತ್ತು ನಿಮಿಷ ಪರಮ ದ್ವೇಷಿಯೆಂದು ಪರಿಗಣಿಸುತ್ತಿದ್ದಳು!

ಬಿಸಿ ಬಿಸಿನೀರು ಹೊಯ್ದುಕೊಳ್ಳುವುದು ನನ್ನ ಮೊದಲ ಸಮಸ್ಯೆಯಾದರೆ, ಬಾಣಂತನದಲ್ಲಿ ಇಷ್ಟವಾಗದೆ ಇದ್ದ ಎರಡನೇ ವಿಷಯ ಇದೇ. ಆಗಷ್ಟೇ ಹಂಡ್ರೆಡ್ ಡಿಗ್ರಿ ಕುದಿ ಕುದಿ ಸ್ನಾನ ಮಾಡಿ, ಎದುರಿಗೆ ಉರಿವ ಒಲೆ ಬೆಂಕಿಯನ್ನು ಇನ್ನಷ್ಟು ಹಿರಿದು ಮಾಡಿ, ಕಂಬಳಿಯನ್ನು ನಖಶಿಖಾಂತ ಮುಚ್ಚಿಕೊಂಡರೆ ಒಳಗಡೆ ದೇಹ ಯಾವ

ರೇಂಜಿಗೆ ಬೆವರೀತು ಎಂಬ ಲೆಕ್ಕಾಚಾರವನ್ನು ಒಬ್ಬಾನೊಬ್ಬ ಮೆಥಮ್ಯಾಟೀಶಿಯನ್ ಕೂಡ ಮಾಡಿರಲಾರ.

ಅಜ್ಜಿ ಬಿಡುವುದಿಲ್ಲ ಎಂದು ಗೊತ್ತಿದ್ದರೂ "ಇನ್ನೂ ಎಷ್ಟ್ ಹೊತ್ತು ಕೂತ್ಕಳಕು? ನಂಗ್ ಸಾಧ್ಯವಿಲ್ಲೆ" ಎನ್ನುವಾಗ ಅಜ್ಜಿ ತನ್ನ ಕಥೆಯ ಬತ್ತಳಿಕೆ ಬಿಚ್ಚಿಡುತ್ತಿದ್ದಳು. "ನನ್ನಮ್ಮನ ಗೆಳತಿಗೆ ಒಂಭತ್ತು ಮಕ್ಳು. ಏಳೂ ಮಕ್ಳು ಹೆಣ್ಣೇ ಆಗಿದ್ದ. ಕಡೇದೆರಡು ಗಂಡಾತು ತಗ. ಆದ್ರೆ ಕೆಂಡ ಕಾಸದು ಹ್ಯಾಂಗೆ ಹೇಳಿ ಅವಳನ್ನ ನೋಡಿ ಕಲ್ಯಕು. ನೀವೆಲ್ಲಾ ಹತ್ತು ನಿಮ್ಷ ಒಲೆ ಮುಂದೆ ಕೂರದಿಕ್ಕೆ ಅಳ್ತಿ. ಅವಳು ಒಂದು ಗಂಟೆ ಬೆಂಕಿ ಮುಂದೆ ಕೂತು ಬೆಗರಿಸ್ಕ್ಯಂಡು, ಆ ಬೆವರು ಹೋಗಲೆ ಮತ್ತೆ ಬಿಸಿ ಬಿಸಿ ಸ್ನಾನ ಮಾಡ್ತಿದ್ದ ಗೊತ್ತಿದ?"

ಬಾಳಂತಿ ಒಂದು ಸಾರಿ ಆ ಕೊತಕೊತ ಬಿಸಿನೀರು ಸ್ನಾನ ಮಾಡುವಾಗಲೇ ಸಂಕಟ ಏರಿ ವಿಪರೀತ ಸುಸ್ತಾಗುತ್ತದೆ. ಇನ್ನು ಎರಡನೇ ಬಾರಿ ಸ್ನಾನ ಮಾಡುತ್ತಿದ್ದಳೆಂಬ ವಿಷಯ ಕೇಳಿಯೇ ನಂಗೆ ತಿರುಗೆರಡು ರೌಂಡ್ ಬೆವತುಹೋಯಿತು. ಆಕೆ ಮಹಾನ್ ತಾಯಿಯೇ ನಿಜ ಎಂದು ಕಂಬಳಿಕೊಪ್ಪೆಯೊಳಗಿಂದಲೇ ಅವಳಿಗೆ ಮಾನಸಿಕವಾಗಿ ಅಡ್ಡಬಿದ್ದೆ!

ಇಷ್ಟಕ್ಕೆ ಮುಗಿಯಲಿಲ್ಲ. ಕಂಬಳಿಯೊಳಗೆ ನನ್ನನ್ನು ಇನ್ನೂ ಎಕ್ಸ್‌ಟ್ರಾ ಹತ್ತಿಪ್ಪತ್ತು ನಿಮಿಷ ಕೂರಿಸಲು ಎಷ್ಟು ಕಥೆ ಬೇಕೋ ಅಷ್ಟು ಅಜ್ಜಿಯ ಬತ್ತಳಿಕೆಯಲ್ಲಿತ್ತು. ಕಟ್ಟುಕಥೆಯಲ್ಲ ಮತ್ತೆ. ಎಲ್ಲಾ ಸತ್ಯಾತಿಸತ್ಯ. ಹಿಂದೆಲ್ಲಾ ಮಲೆನಾಡಿನ ಬಾಣಂತನದಲ್ಲಿ ಬರೀ ಒಂದೇ ಹೊತ್ತು ಕೆಂಡಕಾಸುತ್ತಿರಲಿಲ್ಲ. ಸಂಜೆಯಾಯಿತೆಂದರೆ ಬಾಳಂತಿ ಕೋಣೆಯ ಪಕ್ಕದಲ್ಲೇ ಕಟ್ಟಿಗೆ ಉರಿಸಲಾಗುತ್ತಿತ್ತು. ತಗಡಿನ ಮೇಲೆ ಕೂತು ಸಂಜೆ

ಹೊತ್ತು ಅರ್ಧಗಂಟೆ ಕೆಂಡಕಾಸಲೇಬೇಕಾಗಿತ್ತು. “ನೀವೆಲ್ಲಾ ಕೆಂಡಕಾಸದು ಅವ್ರ ಕಾಲ ಕಸಕ್ಕೂ ಸಮ ಇಲ್ಲೆ ಬಿಡು” ಎಂದ ಅಜ್ಜಿಯ ಮಾತು ಕೇಳಿ ಈ ಹಳಬರ ಸಾಮರ್ಥ್ಯವನ್ನು ಮೆಚ್ಚದೆ ದಾರಿ ಇಲ್ಲವಾಯಿತು. ಅದೇ ಉತ್ಸಾಹದಲ್ಲಿ ನಾನೂ ಎರಡು ನಿಮಿಷ ಹೆಚ್ಚೇ ಕೆಂಡ ಕಾಸಿದೆ.

ಕಂಬಳಿಯೊಳಗೆ ಮೈ ಬೆವರಿಸಿಕೊಂಡ ನಂತರ ಬಟ್ಟೆಯೊಂದನ್ನು ಕೆಂಡಕ್ಕೆ ಹಿಡಿದು ಬಿಸಿಮಾಡಿ ಅದನ್ನು ಹೊಟ್ಟೆ, ಸೊಂಟ, ತೊಡೆ, ಕೈ, ಕೆನ್ನೆ ಎಲ್ಲಾ ಕಡೆ ಬಿಸಿಬಿಸಿಯಾಗಿ ಮುಟ್ಟಿಸಿಕೊಳ್ಳಬೇಕು. ಗರ್ಭಿಣಿಯಲ್ಲಿ ಊದಿರುವ ಕೆನ್ನೆ ಇಳಿಯಲು ಇದರಂಥಾ ಪರಿಹಾರ ಮತ್ತೊಂದಿಲ್ಲ. ನನಗಂತೂ ಅಷ್ಟು ಹೊತ್ತಿನ ಚಿರಿಪಿರಿಯೆಲ್ಲ ಸರಿಹೋಗಿ ಹಾಯೆನಿಸುತ್ತಿದ್ದ ಸಮಯ ಇದು.

ಈ ಕೆಂಡಕಾಸುವ ಮುಖ್ಯ ಉದ್ದೇಶ ಮೈಕೈ ನೋವು ನಿವಾರಣೆಗೆ. 'ನಿಮಗೆ ಈಗ ಬೆಂಕಿ ಮುಂದೆ ಯಾರು ಕೂರ್ತ ಕಾಣ್ತು. ಆಮೇಲೆ ಸೊಂಟ ನೋವು, ಕಾಲು ನೋವು ಹಿಡಿಸ್ಕ್ಯಂಡ್ರೆ ಎಷ್ಟು ಕಷ್ಟ? ನೀ ಕೆಲಸಕ್ಕೆ ಹೋಗದು ಹಂಗಿರ್ಲಿ. ಕನಿಷ್ಟ ಗಂಡ-ಮಕ್ಳಿಗೆ ಅನ್ನ ಮಾಡಿ ಹಾಕದಕ್ಕಾದ್ರೂ ಶಕ್ತಿ ಬೇಕಾತನ” ಎನ್ನುತ್ತಿದ್ದಳು ಅಜ್ಜಿ. ಅವಳಮ್ಮನೂ ಅಜ್ಜಿಗೆ ಇದನ್ನೇ ಹೇಳುತ್ತಿದ್ದಳಂತೆ. “ಈಗೆಲ್ಲ ಕುಕ್ಕರಲ್ಲಿ ಮೂರು ವಿಝಿಲ್ ಹೊಡ್ಸಿರಾತು ತಗ. ಅನ್ನ ಮಾಡದು ಅಷ್ಟೆಲ್ಲಾ ಕಷ್ಟಿಲ್ಲೆ” ಎಂದರೆ “ಅದನ್ನಾದ್ರೂ ನೀನೇ ಮಾಡಕಾತನ. ಏನ್ ಬ್ರಹ್ಮ ಬಂದು ಗ್ಯಾಸ್ ಹಚ್ಚಿಕೊಡ್ತ್ನ?” ಎನ್ನುವ ಅಜ್ಜಿಯ ತಮಾಷೆ ನನ್ನ ಬಾಣಂತನದ ಲವಲವಿಕೆ ಹೆಚ್ಚಲು ಮತ್ತೊಂದು ಔಷಧ.

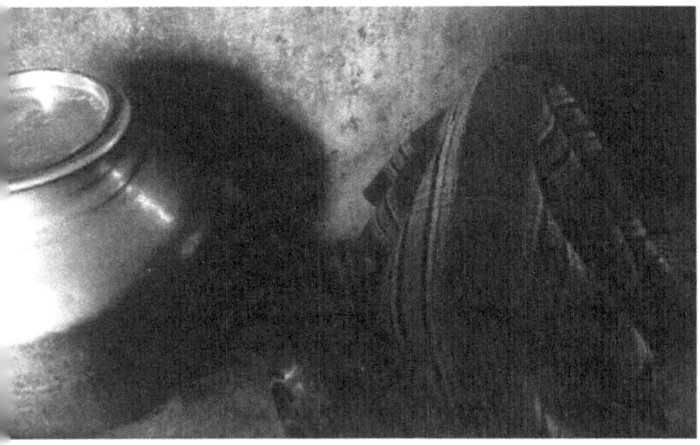

ಬಹಳ ಕಡೆ ಕೆಂಡ ಕಾಸಲಿರುವ ಇನ್ನೊಂದು ವಿಧಾನ ಎಂದರೆ, ಕೆಂಡದ ಮೇಲೆ ಬುಟ್ಟಿ ಕವಚಿಟ್ಟು ಅದರ ಮುಂದೆ ಕಂಬಳಿ ಹೊದ್ದು ಕೂರುವುದು. ಇದರಲ್ಲೂ ಕೆಲವರು ಬಿಳಿಗುಂಡುಕಲ್ಲನ್ನು ಬೆಂಕಿಯಲ್ಲಿ ಕಾಸಿ ಬುಟ್ಟಿಯಡಿಯಲ್ಲಿ ಇಡುತ್ತಾರೆ. ಬಹಳ ಹೊತ್ತು ಈ ಕಲ್ಲು ಶಾಖವನ್ನು ಹಿಡಿದಿಡುತ್ತದೆ ಎಂಬುದೇ ಇದಕ್ಕೆ ಕಾರಣ.

ಈ ಕೆಂಡಕಾಸುವ ಸಮಯದಲ್ಲಿ ಅಜ್ಜಿ ನೆಂಟರಿಷ್ಟರ, ಊರು-ಮನೆಯ ಅಷ್ಟೂ ಸುದ್ದಿಯನ್ನು ರಸವತ್ತಾಗಿ ವರ್ಣಿಸುತ್ತಿದ್ದಳು. ಚುರುಕಾಗಿ ಅಷ್ಟೂ ಕೆಲಸ ಮಾಡುತ್ತಿದ್ದ ತರುಣಿ ಗೌರಮ್ಮನ ವಯಸ್ಸೆಷ್ಟು ಗೊತ್ತಾ? ಕೇವಲ ಎಪ್ಪತ್ತೆರಡು!

ಸೀರೆ ಕಟ್ಟು ವರ್ಸಸ್ ಬೆಲ್ಟ್

ಕಾದ ನೀರು ಹೊಯ್ದುಕೊಂಡು, ಉರಿ ಕೆಂಡ ಕಾಸಿ ಸುಸ್ತಾಗಿ ಒಳಬಂದರೆ 'ಸೀರೆಯ ಕಟ್ಟು' ರೆಡಿ. ಹಾಸಿಗೆ ಮೇಲೆ ಬಿದ್ದರೆ ಸಾಕು ಎನಿಸುವ ಇಂಥ ಹೊತ್ತಲ್ಲಿ ಕಟ್ಟು ಕಟ್ಟಿಯೇ ಮುಂದಿನ ಕೆಲಸ. ಬಾಳಂತಿ ಖಾಲಿ ಸೊಂಟದಲ್ಲಿ ಹೆಜ್ಜೆ ಎತ್ತಿಡುವಂತೆಯೇ ಇಲ್ಲ. "ಸೊಂಟ ನೋವು ಶುರುವಾದ್ರೆ ಬಾಣಂತನ ಯಾರು ಮಾಡಿದ್ದು ಕೇಳ್ತ. ಹಂಗೆಲ್ಲಾ ಕಟ್ಟಿಲ್ದೆ ನಡಿಯಡ" ಎಂದು ಅಜ್ಜಿ ಎಚ್ಚರಿಸುತ್ತಲೇ ಇರುತ್ತಿದ್ದಳು. ಉದ್ದನೆಯ ಸೀರೆಯನ್ನು ಉದ್ದಕ್ಕೇ ಮಡಚಿ ಕೆಳಹೊಟ್ಟೆಯಿಂದ ಆರಂಭಿಸಿ ಸುತ್ತುತ್ತಾ ಸುತ್ತುತ್ತಾ ಎದೆಯ ಕೆಳಭಾಗದ ತನಕ ಬಿಗಿಯಾಗಿ ಎಳೆದು ಕಟ್ಟಿದರೆ ಬಾಳಂತಿಯ ಕಟ್ಟು ರೆಡಿ. (ಗೊತ್ತಿಲ್ಲದವರು, ಕೇಳಿಲ್ಲದವರು ನೋವಿಗಾಗಿ ಸೊಂಟದ ಸುತ್ತ ಕಟ್ಟಿಕೊಳ್ಳುವ ಬೆಲ್ಟನ್ನು ಕಲ್ಪಿಸಿಕೊಳ್ಳಿ.) ಈ ಕಟ್ಟು ಸೊಂಟ-ಬೆನ್ನಿಗೆ ಅತ್ಯುತ್ತಮ ಸಪೋರ್ಟ್ ಕೊಡುತ್ತದೆ. ಅತ್ತೆ ಕಟ್ಟಿನ ಸೀರೆಯನ್ನು 'ಕೋಚು' ತೆಗೆದು ಬಹಳ ಒಪ್ಪವಾಗಿ ಮಡಚಿ ಕೊಡುತ್ತಿದ್ದಳು. (ಕೋಚೆಂದರೆ ಸೀರೆ ಮಡಚಿದಾಗ ಕೊಂಚ ತುದಿ ಉಳಿಯುತ್ತದೆ. ಇಂಥ ಸೀರೆಗಳಿಗೆ ನೆರಿಗೆ ಮಾಡುವಾಗಲೂ ಸಮಸ್ಯೆ ಕೊಡುತ್ತದೆ.)

ಆರಂಭದಲ್ಲಿ ಚೌಡಮ್ಮ ನನಗೆ ಕಟ್ಟು ಕಟ್ಟುತ್ತಿದ್ದಳು. ಅವಳ ಸೊಸೆಗೂ ಆಗಷ್ಟೇ ಎರಡೂವರೆ ತಿಂಗಳು ಕಳೆದಿತ್ತು. ತನ್ನ ಮನೆಯಲ್ಲಿ ಅಷ್ಟೂ ಕೆಲಸ ಮುಗಿಸಿ ಚೌಡಮ್ಮ ನಮ್ಮನೆಗೆ ಬರುತ್ತಿದ್ದರು. "ನಿಮ್ಮ ಸೊಸೆ ಕಟ್ಟು ಕಟ್ಕೋತಾರಾ?" ಕೇಳಿದೆ.

"ಒಂದು ತಿಂಗಳೂ ಸರೀಗೆ ಕಟ್ಕೊಂಡಿಲ್ಲ. ಸೀರೆ ಬಿಗಿ ಮಾಡಿ ಎಳೆದು ಕಟ್ಕೊಕೆ ಮನೇಲಿ ಜಾಗವೂ ಸರಿಕಟ್ಟಿಲ್ಲ. ಹಂಗಾಂಗಿ ಬಿಟ್ಟಿದಾಳೆ."

“ಅಯ್ಯೋ, ಇಷ್ಟು ಬೇಗನಾ? ಕಿಟಕಿ ಸರಳು, ಕಂಬ ಯಾವುದಕ್ಕಾದರೂ ಸೀರೆ ತುದಿ ಕಟ್ಟಿ ಸುತ್ತು ಹಾಕಿಕೊಳ್ಳೋದಲ್ವಾ?”

“ಇರೋದೆ ಒಂದು ಒಳ. ಅದೂ ಅಷ್ಟೆಲ್ಲಾ ಲಾಯ್ಕಿಲ್ಲ. ಯಾರಾದ್ರೂ ಗಂಡಸ್ರು ಬೇರೆ ಇರ್ತಾರಾ, ಸರಿ ಹೋಗುದಿಲ್ಲ. ಕಟ್ಕೊಳ್ಳೇ ಬೇಕಂದ್ರೆ ಹ್ಯಾಂಗಾದ್ರೂ ಕಟ್ಕೋತಾರೆ. ಅವ್ಳು ನಿಮ್ಮ ಥರ ನೀರೂ ಹೊಯಿಸ್ಕಂಡಿಲ್ಲ” ಸೊಸೆಯ ಬಗ್ಗೆ ಯಾವತ್ತೂ ಕಂಪ್ಲೇಟ್ ಮಾಡದ ಚೌಡಮ್ಮ ಇದನ್ನು ಮಾತ್ರ ಕೊಂಚ ಅಸಹನೆಯಲ್ಲಿ ಹೇಳಿದಂತಿತ್ತು.. ಮೈಸುಡುವ ಕಾದನೀರು ಹೊಯ್ಯಿಸಿಕೊಳ್ಳುವುದರ ಬಗ್ಗೆ ನನಗೂ ತಕರಾರಿದ್ದ ಕಾರಣ “ಹೂಂ”ಎಂದಷ್ಟೇ ಹೇಳಿ ಸುಮ್ಮನಾದೆ.

ಅಷ್ಟರಲ್ಲೇ ಅಜ್ಜಿ ಕಷಾಯದ ಲೋಟ ಹಿಡಿದು ಬಂದವಳು ನಾನೇನೋ ಮಹಾಪರಾಧ ಮಾಡಿದ್ದೇನೆ ಎಂಬಂತೆ ನೋಡಿ ತಾರಕ ಸ್ಥಾಯಿಯಲ್ಲಿ, “ಅಯ್ಯೋ ದೇವ್ರೇ, ಕಾಲು ಕತ್ತರಿ ಹಾಕ್ಕಳೇ..” ಎಂದಳು. ನನಗೆ ತಲೆಬುಡ ಹರಿಯದೆ ಏನಾಯಿತೆಂದು ಕೇಳಿದೆ.

“ಕಟ್ಟು ಕಟ್ಟ ಹೊತ್ತಿಗೆ ಕಲ್ಲುಗಂಬ ಥರ ನಿಲ್ಲದಲ್ಲ. ಇಲ್ನೋಡಿಲ್ಲಿ. ಹಿಂಗೆ.. ಕಾಲು ಕತ್ತರಿ ಹಾಕ್ಯಳಕು” ಎಂದು ಭರತನಾಟ್ಯ ಮಾಡುತ್ತಾ ಬಲಗಾಲನ್ನು ಎಡಗಾಲ ಮುಂದೆ ಅಡ್ಡವಿಟ್ಟು ನಿಂತಳು. ಕೈಯಲ್ಲಿ ಲೋಟವಲ್ಲದೆ ಕೊಳಲಿದ್ದಿದ್ದರೆ ಅಜ್ಜಿ ಥೇಟ್ ಗೊಲ್ಲಕೃಷ್ಣ!

ಅಜ್ಜಿ ಹೇಳಿದಂತೆ ಕಾಲು ಕತ್ತರಿ ಹಾಕಿ ನಿಂತೆ. ಗತಕಾಲದಲ್ಲಿ ನಟಿಸಿದ ಕೃಷ್ಣ ಪಾತ್ರ ಆವಾಹನೆಯಾಗಿ ನಿಂತಲ್ಲೇ ಕೊಳಲನೂದುವ ಭಂಗಿ ಮಾಡಿ ಕುತ್ತಿಗೆ ಕುಣಿಸಿ, ಕಣ್ಣು ಮಿಟುಕಿಸಿದೆ. ಅಜ್ಜಿ ಥಟ್ಟನೆ ಚುಪ್ ಎಂದವಳು ಚೌಡಮ್ಮ ಅಲ್ಲೇ ಇದ್ದದ್ದಕ್ಕೆ ಸನ್ನೆಯಲ್ಲೇ ಹಾಗೆಲ್ಲಾ ಮಾಡಬೇಡ ಎಂದು ಎಚ್ಚರಿಸಿದಳು. ಚೌಡಮ್ಮ ಹೊರನಡೆಯುವುದಕ್ಕಾಗಿಯೇ ಕಾದು ನಿಂತವಳು ಸಮಾ ಕ್ಲಾಸ್ ತೆಗೆದುಕೊಂಡಳು. “ಇನ್ನೂ ಹಸಿ ಬಾಳಂತಿ ನೀನು. ಅದೆಂತ ಹಾಂಗೆಲ್ಲಾ ಡ್ಯಾನ್ಸ್ ಮಾಡದು? ಮೂರು ತಿಂಗಳು ಕಳೆದ್ಮೇಲೆ ಬೇಕಾದ್ರೆ ತಿಪ್ಪರಲಾಗ ಹಾಕು. ಕೇಳದಿಲ್ಲೆ. ಬೇರೆಯವ್ರ ಮುಂದೆ ಹೀಂಗೆಲ್ಲಾ ಮಾಡಿದ್ರೆ ದೃಷ್ಟಿ ಆಗ್ತು. ಆಮೇಲೆ ಡ್ಯಾನ್ಸ್ ಮಾಡಕು ಅಂದ್ರೂ ಕಾಲೆತ್ತಕೆ ಆಗದಿಲ್ಲೆ. ಈಗ ಈ ಕಷಾಯ ಕುಡ್ಕಂಡು ಮುಚ್ಚಿಹೊದ್ಗಂಡು ಮಲಗು.”

ಕಟ್ಟು ಕೊಂಚ ಜಾಸ್ತಿಯೇ ಟೈಟ್ ಇದೆ ಎನಿಸಿತು. “ತೀರಾ ಸಹಿಸ್ಕ್ಯಳಕೆ ಆಗದಿಲ್ಲೆ ಅಂದ್ರೆ ಸಡಿಲ ಮಾಡ್ಲಕ್ಕು. ಇಲ್ದೆ ಇದ್ರೆ ಹಂಗೇ ಇರ್ಲಿ. ನಾಳೆ ತನ್ಕ ಬರಕಾತನ” ಎಂದಳು

ಅಜ್ಜಿ. ಈ ಕಟ್ಟು ಒಂದು ದಿನ ಇಡೀ ಬಿಚ್ಚದೆ ಉಳಿಯಿತೆಂದರೆ ಕಟ್ಟು ಕಟ್ಟಿರುವುದು ಫುಲ್ ಪಾಸ್ ಎಂದರ್ಥ. ಐ ಬೆಟ್.. ಈ ಸೀರೆಯ ಕಟ್ಟಿನ ಮುಂದೆ ಯಾವ ಬೆಲ್ಟ್ ಕೂಡಾ ಸರಿಸಮನಲ್ಲ. ಇಡೀ ಹೊಟ್ಟೆಯನ್ನು ಸೀರೆಯೊಂದು ಬಿಗಿದು ಹಿಡಿಯುವ ರೀತಿ ಬೆಲ್ಟ್ ಸಪೋರ್ಟ್ ಕೊಡುವುದೇ ಇಲ್ಲ. ಇಷ್ಟೆಲ್ಲಾ ಇದ್ರೂ ಬಾಣಂತನದ ಮೂರು ತಿಂಗಳಲ್ಲಿ ಪ್ರತಿದಿನ 'ಕಾಲು ಕತ್ತರಿ ಮಾಡ್ಕ್ಯಂಡು ನಿಂತ್ಕಳೇ' ಎಂಬ ಅಜ್ಜಿಯ ಡೈಲಾಗ್ ಡೆಲಿವರಿ ಒಂದು ದಿನವೂ ಮಿಸ್ ಆಗದಂತೆ ಅವಕಾಶ ಕಲ್ಪಿಸಿದ್ದೆ ನಾನು! ಅಜ್ಜಿಗೆ ವಿಷ್ಯ ಮರೆಯುತ್ತಲೇ ಇರ್ಲಿಲ್ಲ. ನನಗೋ.. ನೆನಪಾಗ್ತಾ ಇರ್ಲಿಲ್ಲ!

ಅಂತೂ ಮಲಗಲು ಫುಲ್ ರೆಡಿ ಆಗಿದ್ದ ನನಗೆ ಈ ಹೊತ್ತಿಗಂತೂ ವಿಪರೀತ ಬಾಯಾರಿಕೆ. ನೀರು ತುಸು ಹೆಚ್ಚೇ ಕುಡಿಯುವ ಅಭ್ಯಾಸವಾದ ನನಗೆ, ಸ್ನಾನವಾದ ಮೇಲಂತೂ ಒಂದು ಲೀಟರ್ ಆದರೂ ನೀರು ಕುಡಿಯುವ ನೀರಡಿಕೆಯಾಗುತ್ತಿತ್ತು. ಆದರೆ ಬಾಳಂತಿಗೆ ಹೆಚ್ಚಿಗೆ ನೀರು ಕುಡಿಯಲು ಅಜ್ಜಿಯರಂತೂ ಬಿಡುವುದಿಲ್ಲ. ಅಜ್ಜಿ ಕೈಯಲ್ಲಿಟ್ಟ ಕಷಾಯವೇ ಆ ಹೊತ್ತಿಗೆ ಅಮೃತ. ಆಯ್ದ ಕೆಲ ಔಷಧೀಯ ಬೇರುಗಳನ್ನು ಮಿಶ್ರಿಸಿ ಮನೆಯಲ್ಲೇ ಮಾಡಿದ ಕಷಾಯದ ಪುಡಿಯ ಘಮ ಅಮಲೇರಿಸಿ ನಿದ್ರೆ ಬರುವಂತೆ ಮಾಡುತ್ತಿತ್ತು.. ಹಾಗೇ ಹಾಯಾಗಿ ಮಲಗಿಯೇ ಇರೋಣ ಎಂಬಷ್ಟರಲ್ಲಿ ಈ ಪುಟಾಣಿ ಪೋರ ಎದ್ದಿರುತ್ತಿದ್ದ.

ಹಳ್ಳಿ ಬಾಣಂತನವಾಗಿಟ್ಟರೆ 'ಮಗುವಾದ ನಂತರ ದೇಹ ತೂಕ ಇಳಿಸುವುದು ಹೇಗೆ?' ಎಂದು ಆನ್ ಲೈನ್ ನಲ್ಲಿ ಸಾವಿರ ಸೈಟ್ ಗಳನ್ನು ನೋಡಬೇಕಾದ ಅವಶ್ಯಕತೆಯೇ ಇಲ್ಲ. ಸರಿಯಾದ ಬಿಸಿನೀರು, ಕೆಂಡ, ಕಟ್ಟು, ಪಥ್ಯ, ಜೊತೆಗೆ ಔಷಧಿ ಸಿಕ್ಕಿಬಿಟ್ಟರೆ ದೇಹ ಬೇಡವೆಂದರೂ ಹಳೆಯ ಶೇಪ್ ಪಡೆದೇ ಪಡೆಯುತ್ತದೆ. ಕೇವಲ ಹೊಟ್ಟೆಗೆ ಕಟ್ಟುವುದರಿಂದಷ್ಟೇ ಹೊಟ್ಟೆ ಕರಗುವುದಿಲ್ಲ. ಇದು ನನಗೇ ಅರಿವಿಗೆ ಬಂದಿದ್ದು ಹೇಗೆಂದರೆ, ಮೊದಲ ಬಾಣಂತನದಲ್ಲಿ ಆರು ತಿಂಗಳ ತನಕ ಕಟ್ಟು ಕಟ್ಟಿದ್ದರೂ ಹೊಟ್ಟೆ ನಯಾಪೈಸೆ ಇಳಿದಿರಲಿಲ್ಲ. ಎರಡನೆಯದ್ದರಲ್ಲಿ ನಾಲ್ಕು ತಿಂಗಳ ತನಕವಷ್ಟೇ ಸೀರೆ ಕಟ್ಟು. ಆಮೇಲೆ ಇಂಗ್ಲಿಷ್ ಬೆಲ್ಟ್. ಹೊಟ್ಟೆ ಮಾಯ ಮಾಡಿ ಕಳಿಸಿದ್ದಳು ಅಜ್ಜಿ! ಬೆಂಗಳೂರಿಗೆ ವಾಪಸಾದ ಮೇಲೆ ನನ್ನ ನೋಡಿದವರೆಲ್ಲಾ "ಏನ್ರೀ ಬಾಳಂತಿ ಥರಾನೇ ಕಾಣ್ತಿಲ್ಲ. ಫುಲ್ ಫಿಟ್ ಆಗಿದ್ದೀರಾ. ಹೇಗ್ರೀ ಇಷ್ಟು ಸಣ್ಣಗಾದ್ರಿ?" ಎಂದು ಹೊಗಳಿದ್ದೇ ಹೊಗಳಿದ್ದು. ನಾನು ಉಬ್ಬಿದ್ದೇ ಉಬ್ಬಿದ್ದು!

ಒಮ್ಮೆಯಾದರೂ ತಿನ್ನಬೇಕು ಈ ದೊಡ್ಡೌಷಧ

ಮಗು ಹುಟ್ಟಿ ನಾಲ್ಕನೇ ದಿನವಾದ ಆವತ್ತು ತಲೆಸ್ನಾನ ಮುಗಿದಿತ್ತು. ಯಾವಾಗ ರಾತ್ರಿ ಆಗುತ್ತದೋ ಎಂದು ನನ್ನ ಟೇಸ್ಟ್ ಬಡ್‌ಗಳು ಕಾಯುತ್ತಿದ್ದವು. ಒಳಗಡೆ ಅಡುಗೆಮನೆಯಲ್ಲಿ ಬಾಣಂತನದ ಸೂಪರ್ ಡ್ಯೂಪರ್ ಔಷಧವೊಂದು ಕೊತಕೊತಿಸುತ್ತಿತ್ತು. ದಿ ಒನ್ ಆಂಡ್ ಓನ್ಲಿ– ದೊಡ್ಡೌಷಧ ಅಲಿಯಾಸ್ ಮೆಣಸು!!

ತಲೆಸ್ನಾನ ಮಾಡಿದ ದಿನವೇ ಕೊಡುವ ಈ ಔಷಧದ ಹೆಸರೇ 'ಮೆಣಸು'. ಕಾಳುಮೆಣಸು ಮುಖ್ಯ ಸಾಮಗ್ರಿಯಾದ ಕಾರಣ ಇಂಥಾ ಹೆಸರು. ಇದರ ಪವರ್ ಉಳಿದೆಲ್ಲಾ ಔಷಧಗಳಿಗಿಂತ ಒಂದು ಕೈ ಮೇಲಿರುವ ಕಾರಣಕ್ಕಾಗಿ 'ದೊಡ್ಡೌಷಧ'. ಬೇಕೆಂದರೆ ಲೇಹ್ಯವೆಂದೂ ಹೇಳಬಹುದು. ಔಷಧ ಸಿದ್ಧಪಡಿಸಲು ಆವತ್ತು ಅಜ್ಜಿಯ ಜೊತೆಗೆ ಅವರ ಕಿರಿಮಗಳು ಉಷಾ ಜೊತೆಯಾಗಿದ್ದರು. ಈ ಉಷತ್ತೆ ಒಂಥರಾ ಮಿನಿ ಆಯುರ್ವೇದ ಡಾಕ್ಟರ್ ಇದ್ದ ಹಾಗೆ. ಮನುಷ್ಯರಿಗೆ ಮಾಮೂಲಾಗಿ ಬರುವ ಬಹುತೇಕ ಆರೋಗ್ಯ ಸಮಸ್ಯೆಗೆ ಇವರ ಬಳಿ ಒಂದು ಪರಿಹಾರ ಇದ್ದೇ ಇರುತ್ತದೆ. ತನಗೆ ಮರೆತು ಹೋಗಿರುವ ಔಷಧಗಳ ವಿವರವನ್ನು ಅಜ್ಜಿ ಕೇಳುವುದೂ ಇವರ ಬಳಿಯೇ. ಇವತ್ತು ದೊಡ್ಡೌಷಧ ಬೇರೆ ರೆಡಿ ಮಾಡಬೇಕಲ್ಲ. ಹಾಗಾಗಿ ಅಜ್ಜಿ ಉಷತ್ತೆಯನ್ನು ಕರೆಸಿದ್ದಳು.

"ಅಜ್ಜೀ.. ಎಷ್ಟು ಹೊತ್ತಿಗೆ ಮೆಣಸು ಕೊಡ್ತೆ?" ನಾನಂತೂ ಮೆಣಸು ತಿನ್ನಲು ಉತ್ಸುಕಳಾಗಿ ಕೇಳಿದೆ.

"ಹಂಗೆಲ್ಲಾ ಪದೇ ಪದೇ ಎಲ್ಲರ ಎದ್ರಿಗೆ ಕೇಳ್ತಾ ಇರಡ. ಔಷಧಿ ಮೈಗೆ ಹಿಡಿಯದಿಲ್ಲೆ. ಮಧ್ಯರಾತ್ರಿಗೆ ಕೊಡದು."

"ಮಧ್ಯರಾತ್ರೀನಾ?!!"

"ಹೂಂ.. ಒಂದೊಂದು ಔಷಧಿ ಕೊಡಕೆ ಒಂದೊಂದು ಕ್ರಮ ಹೇಳಿ ಇರ್ತು. ಎಷ್ಟೆಷ್ಟೋ ಹೊತ್ತಿಗೆ ಕೊಟ್ರೆ ಆಗದಿಲ್ಲೆ. ಇವತ್ತು ರಾತ್ರಿ ಬೇಗ ಊಟ ಮಾಡಕು ನೀನು."

ಆಗಷ್ಟೇ ಮಧ್ಯಾಹ್ನದ ಊಟವಾಗಿತ್ತು. ಇನ್ನೂ ಮಧ್ಯರಾತ್ರಿ ತನಕ ಕಾಯಬೇಕಲ್ಲ ಅನಿಸಿತ್ತು. ಒಂದು ಔಷಧಿ ತಿನ್ನಲು ಇಷ್ಟೆಲ್ಲಾ ಚಡಪಡಿಕೆ ಯಾಕೆ ಎನಿಸಬಹುದು. ಆದರೆ ಮೆಣಸು ತಿಂದ ಆಲ್‌ಮೋಸ್ಟ್ 99.98% ಮನುಷ್ಯರು ಅದನ್ನು ಮತ್ತೆ ಮತ್ತೆ ತಿನ್ನಲು ಬಯಸುತ್ತಾರೆ. ಬಾಳಂತಿಗೆ ಔಷಧ ಕೊಡುವಾಗ ಮನೆಮಂದಿಯೆಲ್ಲರಿಗೂ ಇದನ್ನು ಕೊಡಲಾಗುತ್ತದೆ. ಮಗು-ಬಾಳಂತಿ ನೋಡಲು ಬಂದವರಲ್ಲಿ ಸ್ವಲ್ಪ ಹತ್ತಿರದ ನೆಂಟರಿಷ್ಟರಿದ್ದಲ್ಲಿ, 'ಮೆಣಸು ಮಾಡಿದ್ದೀರಾ? ಒಂದರ್ಧ ಚಮಚ ಕೊಡಿ' ಎಂದು ಕೇಳಿ ತಿನ್ನುತ್ತಾರೆ.

ಜಾಯಿಕಾಯಿ, ಪತ್ರೆ, ಗಸಗಸೆ, ಅರಶಿನ ಕೊಂಬು, ಶುಂಠಿ ಕೊಂಬು, ಹಿಪ್ಲಿ, ದ್ರಾಕ್ಷಿ, ಬಾದಾಮಿ, ನಿಂಬೆಹಣ್ಣು, ಕಾಳುಮೆಣಸು, ಜೀರಿಗೆ, ಮೆಂತೆ, ಜ್ಯೇಷ್ಠಮಧು, ಬೆಲ್ಲ- ತಯಾರಿಸಲು ಬಳಸುವ ಇಷ್ಟೆಲ್ಲಾ ಸಾಮಗ್ರಿ, ಮಾಡುವ ವಿಧಾನವೇ 'ಮೆಣಸಿ'ಗೆ ಅಂತಹ ಪರಮಾದ್ಭುತ ರುಚಿ ಕೊಡುತ್ತದೆ. ಬಾಳಂತಿಯ ದೇಹದೊಳಗಾದ ಗಾಯ ಮಾಗಲು, ನೆಗಡಿಯಾಗದಂತೆ ಸುರಕ್ಷತೆಗೆ, ರೋಗ ನಿರೋಧಕ ಶಕ್ತಿ ಹೆಚ್ಚಲು, ದೇಹದ ಉಡುಗಿ ಹೋದ ಶಕ್ತಿ ಮತ್ತೆ ಬಲಗೊಳ್ಳಲು ಅತ್ಯುತ್ತಮವಾದ ಈ ದೊಡ್ಡೌಷಧವನ್ನು ಸರಿಯಾದ ಹದದಲ್ಲಿಯೇ ಮಾಡುವುದು ಮುಖ್ಯ. ಮೆಣಸು ಮಾಡಲು ಬಂದರೆ ಎಂಥಾ ಅಡುಗೆಯನ್ನಾದರೂ ಮಾಡಬಹುದು ಎಂಬುದು ನನ್ನ ವೈಯಕ್ತಿಕ ಅನಿಸಿಕೆ. ಸಾಮಾನ್ಯವಾಗಿ ಎರಡನೇ ದಿವಸಕ್ಕೇ ಕೊಡುವ ಇದನ್ನು ಸಿ-ಸೆಕ್ಷನ್ ಆಗಿದ್ದಲ್ಲಿ ಇಪ್ಪತ್ತು ದಿವಸಗಳ ನಂತರವೇ ಕೊಡಬೇಕು. ಆಯಾ ದೇಹಸ್ಥಿತಿಗೆ ಅನುಗುಣವಾಗಿ ಕಾಳುಮೆಣಸಿನ ಪ್ರಮಾಣ ಇರುತ್ತದೆ. ನನ್ನ ದೇಹ ಹೆಚ್ಚಿಗೆ ಉಷ್ಣ ತಡೆದುಕೊಳ್ಳದ ಕಾರಣ ಕಾಳುಮೆಣಸನ್ನು ಸ್ವಲ್ಪ ಕಡಿಮೆಯೇ ಹಾಕಬೇಕೆಂದು ಅಜ್ಜಿಗೆ ಉಷತ್ತೆ ಹೇಳಿದ್ದಳು.

ರಾತ್ರಿ ಎಂಟಾಗುತ್ತಿದ್ದಂತೆ ಸ್ವಲ್ಪವೇ ಅನ್ನಕ್ಕೆ ಹಾಲು ಮತ್ತು ಗಟ್ಟಿ ಮೊಸರು ಹಾಕಿ ಊಟ ಬಡಿಸಿದಳು ಉಷತ್ತೆ. ಉಷ್ಣದ ಔಷಧವಾದ ಕಾರಣ ತಂಪಿನ ಆಹಾರ ತಿನ್ನುವುದು ಕಡ್ಡಾಯ. ಮಧ್ಯರಾತ್ರಿಗೆ ಔಷಧ ಕೊಡುವುದರೊಳಗೆ ತಿಂದ ಆಹಾರ ಜೀರ್ಣವಾಗಿರಬೇಕು ಎಂಬುದಕ್ಕೆ ಬೇಗನೆ ತಿನ್ನುವ ಕ್ರಮ. ಊಟ ಮುಗಿಸಿ ಮಲಗಿದ್ದವಳನ್ನು ಮಧ್ಯರಾತ್ರಿಯಲ್ಲಿ ಎಬ್ಬಿಸಿದರು. ಅಜ್ಜಿ, ಉಷತ್ತೆ, ಅತ್ತೆ.. ಎಲ್ಲರೂ ದೊಡ್ಡ ಸಂಭ್ರಮವೆಂಬಂತೆ ನನಗೆ ಔಷಧ ಕೊಡಲು ಸುತ್ತ ನಿಂತಿದ್ದರು. ಧಡಾರನೆ ಎದ್ದು ಕೂತೆ. 'ಸ್ವಲ್ಪ ನಿಧಾನ ಏಳು. ಕಾಲೇಜಿಗೆ ಹೋಗ ಬಸ್ ತಪ್ಪಿಹೋಗ್ತಿದ್ದ ಹ್ಯಾಂಗೆ? ಹಸಿ ಬಾಳಂತಿ ಅಂತ ತಲೇಲಿ ಇರ್ಲಿ" ಅಜ್ಜಿ ಎಂದಿನಂತೆ ನೆನಪಿಸಿದಳು. ನನಗಂತೂ ಅದ್ಯಾವುದೂ ಕೇಳದಂತಾಗಿ, ಸುತ್ತಲಿನ ಪ್ರಪಂಚ ಬ್ಲರ್ ಆಗಿ ತುಪ್ಪ ಬೆರೆತ ಮೆಣಸಿನ ಬೌಲ್ ಒಂದೇ ಕಣ್ಣಲ್ಲಿ! ಪೂರ್ಣ ಗಟ್ಟಿಯೂ ಅಲ್ಲದ, ತೀರಾ ದ್ರಾವಣವೂ ಅಲ್ಲದ ಜೋನಿ ಬೆಲ್ಲದ ಪಾಕದಂತೆ ಇರುತ್ತದೆ ಇದು. ಧನ್ವಂತರಿಗೆ ಕೈಮುಗಿದು ಅಜ್ಜಿ ಎರಡೂ ಕೈಗಳಿಂದ ನನ್ನ ಕೈಗಿತ್ತಳು. ನಾನೂ ಔಷಧಕ್ಕೆ ನಮಸ್ಕರಿಸಿ ಬಾಯಿಗಿಟ್ಟೇ... ಆಹಾ! ಆ ರುಚಿಯನ್ನು ಹಾಗೆಲ್ಲಾ ಹೇಳಲೇ ಬರುವುದಿಲ್ಲ. ಉಳಿದವರೆಲ್ಲರೂ ಒಂದೊಂದು ಪುಟ್ಟ ಲೋಟದಲ್ಲಿ ನನ್ನ ಜೊತೆಗೆ ಮೆಣಸನ್ನು ಸವಿಯುತ್ತಿದ್ದರು.

'ಯಾವಾಗ್ಲೂ ಕೇಳಥರ ನೀರು ಬೇಕು ಅಂತ ಹೇಳಡ" ಎಂದಳು ಅಜ್ಜಿ. ಮೆಣಸು ತಿಂದ ಮೇಲೆ ಬೆಳಗಿನ ತನಕವೂ ತೊಟ್ಟು ನೀರು ಬಾಯಿಗೆ ಹಾಕುವಂತಿಲ್ಲ. ಹಾಗೆ ಕುಡಿದರೆ ಬೇದಿಯಾಗುವ ಸಾಧ್ಯತೆ ಇದೆ. ಏಳುತ್ತಲೇ ಒಂದು ದೊಡ್ಡ ಲೋಟದ ತುಂಬಾ ಹಾಲು ಕುಡಿಯಬೇಕು. ಆ ದಿನ ತಿಂಡಿಯೂ ಇಲ್ಲ. ಬೆಳಿಗ್ಗೆ 11ರ ಹೊತ್ತಿಗೆ ನಾಲ್ಕು ಲೋಟದಷ್ಟು ಬೆಲ್ಲದಿಂದ ಮಾಡಿದ ನಿಂಬೆಹಣ್ಣಿನ ಷರಬತ್ತು ಕುಡಿಯಬೇಕು. ಬಾಳಂತಿಗೆ ಕೊಡುವ ಈ ಷರಬತ್ತು ಮಾಡಲೂ ಕ್ರಮವಿದೆ. ಮಧ್ಯಾಹ್ನಕ್ಕೆ ಅನ್ನ-ಮೊಸರು. ಹದಿನೈದು ದಿನದೊಳಗೆ ಒಮ್ಮೆ ಮೆಣಸು ಕೊಟ್ಟರೆ ತಿಂಗಳು ತುಂಬುವುದರೊಳಗೆ ಮತ್ತೊಮ್ಮೆ ಕೊಡುತ್ತಾರೆ. ಮೂರು ತಿಂಗಳ ಅವಧಿಯಲ್ಲಿ ನಾಲ್ಕೈದು ಬಾರಿ ಹೀಗೆ ಮೆಣಸು ಕೊಟ್ಟಾಗೆಲ್ಲಾ ಬೆಳಿಗ್ಗೆ ದೊಡ್ಡ ಲೋಟದಲ್ಲಿ ಹಾಲು ಕುಡಿಯಲೇಬೇಕು. ಮೊದಲ ಬಾರಿ ಮೆಣಸು ಕೊಡುವಾಗ ಮಾತ್ರ ಷರಬತ್ತು. ಆಮೇಲಿನ ಸಲ ತಿಂಡಿಯನ್ನೂ ತಿನ್ನಬಹುದು. ಒಮ್ಮೆ ತಯಾರಿಸಿಟ್ಟರೆ ಮೂರ್ನಾಲ್ಕು ತಿಂಗಳ ತನಕ ಮೊದಲ ದಿನದಷ್ಟೇ ಫ್ರೆಶ್ ಆಗಿರುತ್ತದೆ ಇದು.

'ಷರಬತ್ತು ಕುಡಿದಾತು.. ಇವತ್ತೇನು ಸ್ನಾನದ ಸುದ್ದಿ ಇಲ್ಲೆ" ಅಜ್ಜಿಯನ್ನು ಕೇಳಿದೆ.

'ಅಯ್ಯೋ ರಾಮ. ಇವತ್ತೆಲ್ಲಾ ಸ್ನಾನ ಇಲ್ಲೆ ನಿಂಗೆ. ಕೈಕಾಲು ತೊಳ್ಕೊಂಡು ಮಲಗು" ಎಂದಳಪ್ಪ.

ನನ್ನ ಗೊಂದಲ ಅರ್ಥವಾದ ಉಷತ್ತೆ ವಿಷಯ ವಿವರಿಸಿದಳು. ಮೆಣಸು ದೇಹದ ಶಾಖವನ್ನು ಹೆಚ್ಚಿಸಿರುತ್ತದೆ. ಸ್ನಾನ ಮಾಡುವಾಗ ನೀರನ್ನು ಬಹುಬೇಗ ಹೀರಿಕೊಳ್ಳುತ್ತದೆ. ಹೀಗೆ ಬಾಳಂತಿ ಶರೀರ ನೀರು ಹೀರಿಕೊಳ್ಳುವುದು ಒಳ್ಳೆಯದಲ್ಲ. ಹಾಗಾಗಿ ಸ್ನಾನವಿಲ್ಲ. "ಕಾದ ಹಂಚಿಗೆ ನೀರು ಬಿಟ್ಟ ಹಂಗೆ" ಎಂದು ಅಜ್ಜಿ ಒಗ್ಗರಣೆ ಸೇರಿಸಿದಳು.

"ಅವಳು ಸ್ನಾನ ಮಾಡ್ಲೇಬೇಕು ಅಂತಿದ್ರೆ ಮುಂದಿನ ಸಲ ಮೆಣಸು ಕೊಡದು ಬ್ಯಾಡ ಬಿಡು" ಬೇಕಂತಲೇ ಅಂದಳು ಉಷತ್ತೆ. ಮೆಣಸು ತಿನ್ನಲು ಒಂದಲ್ಲ... ಮೂರು ಜನ್ಮವಾದರೂ ಸ್ನಾನ ಬಿಡಲು ರೆಡಿ ಇದ್ದ ನಾನು ಕೈಕಾಲು ತೊಳೆಯಲು ಬಚ್ಚಲಿಗೆ ಹೊರಟೆ..

'ಮೆಣಸು' ಮಾಡುವ ವಿಧಾನ

ಬಾಣಂತನದ ದೊಡ್ಡೌಷಧವಾದ 'ಮೆಣಸು' ಎಂಬ ಪರಮಾದ್ಭುತ ರುಚಿಯುಳ್ಳ ಲೇಹ್ಯವನ್ನು ಮಾಡುವ ವಿಧಾನವನ್ನು ಇಲ್ಲಿ ತಿಳಿಸಿದ್ದೇನೆ. ಆದರೆ ನೆನಪಿರಲಿ.. ಇದನ್ನು ಸರಿಯಾಗಿ ಮಾಡಲು ಗೊತ್ತಿರುವ ಹಿರಿಯರೊಬ್ಬರು ಇಲ್ಲದೆ ಯಾವ ಬಾಳಂತಿಯೂ 'ಮೆಣಸು' ತಿನ್ನುವುದು ಬೇಡ. ಒಬ್ಬೊಬ್ಬ ಬಾಳಂತಿಯ ದೇಹವೂ ಒಂದೊಂದು ರೀತಿ ವರ್ತಿಸುತ್ತದೆ. ದೊಡ್ಡೌಷಧವನ್ನು ಬಹಳ ಎಚ್ಚರಿಕೆಯಿಂದ ಇಂತಿಷ್ಟೇ ಎಂಬ ಪ್ರಮಾಣದಲ್ಲಿ ಸೇವಿಸಬೇಕು. 'ಮೆಣಸು' ತಿನ್ನುವ ದಿನ ಮತ್ತು ಮರುದಿನ ಸೇವಿಸುವ ಉಳಿದ ಆಹಾರಗಳೂ ಕಟ್ಟುನಿಟ್ಟಾಗಿರಬೇಕು. ಉಳಿದೆಲ್ಲಾ ಖಾದ್ಯಗಳಂತೆ ಸುಮ್ಮನೆ 'ಮೆಣಸು' ಮಾಡಿದ್ವಿ, ತಿಂದ್ವಿ ಎಂದಾಗಬಾರದು. ಬಾಳಂತಿ ಅಲ್ಲದವರು ಅಷ್ಟೇನೂ ಎಚ್ಚರ ವಹಿಸಬೇಕಾದ ಅವಶ್ಯಕತೆ ಇಲ್ಲದಿದ್ದರೂ ವಿಪರೀತ ತಿನ್ನುವುದು ಕೂಡಾ ಒಳ್ಳೆಯದಲ್ಲ. ನನಗೆ ಎರಡೂ ಹೆರಿಗೆ ನಾರ್ಮಲ್ ಆಗಿತ್ತು. ನಾಲ್ಕನೇ ದಿನ ರಾತ್ರಿ ಅಜ್ಜಿ 'ಮೆಣಸು' ಕೊಟ್ಟಿದ್ದಳು. ಆದರೆ ಸಿ–ಸೆಕ್ಷನ್ ಹೆರಿಗೆ ಆದವರು ಇಪ್ಪತ್ತು ದಿನಗಳ ಕಾಲ ಇದನ್ನು ತಿನ್ನಬಾರದು. ಇಲ್ಲಿ ನಾನು ತಿಳಿಸಿರುವ ವಿಧಾನ ಅಜ್ಜಿ ನನಗೆ ಬಾಣಂತನದ ಸಮಯದಲ್ಲಿ ಹೇಳಿರುವ ಯಥಾವತ್ ಕ್ರಮದ್ದು. ನಾನು ಖುದ್ದು ಈ ತನಕ ಮಾಡಿಲ್ಲ. ಇಲ್ಲಿಯವರೆಗೆ ಮಾಡದವರು/ಬಾಳಂತಿಯ ದೇಹದ ಬಗ್ಗೆ ಅರಿವಿಲ್ಲದವರು ಇದನ್ನು ಮಾಡಿ ಬಾಳಂತಿಗೆ ಕೊಡದಿರುವುದೇ ಒಳ್ಳೆಯದು. 'ಮೆಣಸಿನ' ರೆಸಿಪಿಯನ್ನು ಅಜ್ಜಿ ಬಹಳ ಆತಂಕದಲ್ಲೇ ಹೇಳಿದ್ದಳು.

ಬಾಳಂತಿಯ ದೇಹದೊಳಗಾದ ಗಾಯ ಮಾಗಲು, ನೆಗಡಿಯಾಗದಂತೆ ಸುರಕ್ಷತೆಗೆ, ರೋಗ ನಿರೋಧಕ ಶಕ್ತಿ ಹೆಚ್ಚಲು, ದೇಹದ ಉಡುಗಿ ಹೋದ ಶಕ್ತಿ

ಮತ್ತೆ ಬಲಗೊಳ್ಳಲು ಅತ್ಯುತ್ತಮವಾದ ಈ ದೊಡ್ಡೌಷಧವನ್ನು ಸರಿಯಾದ ಹದದಲ್ಲಿಯೇ ಮಾಡುವುದು ಮುಖ್ಯ.

'ಮೆಣಸು' ಮಾಡಲು

ಬೇಕಾಗುವ ಸಾಮಗ್ರಿ–

ವಿ.ಸೂ.–ತಂಪಿನ ವಸ್ತುಗಳನ್ನು ಜಾಸ್ತಿ ಹಾಕಬೇಕು. ಕಾಳುಮೆಣಸು ತಡೆದುಕೊಳ್ಳುವ ದೇಹವಾದರೆ ಒಂದು ಮುಷ್ಠಿ ಹಾಕಬೇಕು. ಇಲ್ಲವೆಂದರೆ ಆಯಾ ದೇಹಕ್ಕೆ ತಕ್ಕಂತೆ 1/2 ಅಥವಾ 1/4 ಮುಷ್ಠಿ.

ಸಾಮಗ್ರಿ–	**ಪ್ರಮಾಣ**
ಹಿಪ್ಲಿ–	4–5 ಕಡ್ಡಿ
ಜಾಯಿಕಾಯಿ–	1 ಕಾಯಿ
ಪತ್ರೆ–	2 ಎಸಳು
ಗಸಗಸೆ–	2 ಮುಷ್ಠಿ
ಅರಶಿನ ಕೊಂಬು(ಒಣ)–	2 ಕೊಂಬು (ಹಸಿ ಕೊಂಬು ಹಾಕಬಾರದು)
ಶುಂಠಿ ಕೊಂಬು–	2 ಕೊಂಬು
ದ್ರಾಕ್ಷಿ–	1 ಮುಷ್ಠಿ
ಬಾದಾಮಿ–	1 ಮುಷ್ಠಿ
ನಿಂಬೆಹಣ್ಣು–	4 ದೊಡ್ಡದು
ಕಾಳುಮೆಣಸು–	1/4 ಮುಷ್ಠಿ
ಜೀರಿಗೆ–	1 ಮುಷ್ಠಿ
ಮೆಂತೆ–	4 ಚಮಚ
ಜ್ಯೇಷ್ಠಮಧು–	4 ಕೊಂಬು
ಬೆಲ್ಲ–	1/2 ಕೆ.ಜಿ. (ಇದು ಅಂದಾಜಿನ ಮೇಲೆ ಹೋಗುತ್ತದೆ.–ಡಬ್ಬಿ ಬೆಲ್ಲ ಸಿಕ್ಕಿದರೆ ಉತ್ತಮ)

(ಇವುಗಳಲ್ಲಿ ಗಟ್ಟಿ ವಸ್ತುಗಳಾದ ಶುಂಠಿ, ಜ್ಯೇಷ್ಠಮಧು, ಜಾಯಿಕಾಯಿ, ಅರಶಿನಗಳನ್ನು ಕೊಂಚ ಜಪ್ಪಿ ಪುಡಿಮಾಡಿ ಹಾಕಿದರೆ ಒಳ್ಳೆಯದು.)

ಮಾಡುವ ವಿಧಾನ–

ಬೆಲ್ಲವೊಂದನ್ನು ಬಿಟ್ಟು ಉಳಿದೆಲ್ಲಾ ಸಾಮಗ್ರಿಗಳನ್ನು ಒಂದು ಶುಭ್ರ ಬಿಳಿಬಟ್ಟೆಯಲ್ಲಿ ಕಟ್ಟಬೇಕು. ತುಂಬಾ ಬಿಗಿಯಾಗಿ ಕಟ್ಟದೆ ಸ್ವಲ್ಪ ಲೂಸ್ ಆಗಿರುವಂತೆಯೇ ಕಟ್ಟಬೇಕು. ಚೆನ್ನಾಗಿ ಆಡಿ ಬೇಯಲು ಹೀಗೆ ಕಟ್ಟುವುದು ಮುಖ್ಯ. ದೊಡ್ಡ ಪಾತ್ರೆಯಲ್ಲಿ ಅರ್ಧ ಕೊಡಪಾನದಲ್ಲಿ ನೀರನ್ನು ಕುದಿಯಲಿಡಬೇಕು. ಆರಂಭದಲ್ಲಿಯೇ ಸಾಕಷ್ಟು ನೀರಿಡಬೇಕು. ಆಮೇಲೆ ನೀರು ಹಾಕುವಂತಿಲ್ಲ. ನೀರು ಬಿಸಿಯಾದ ಮೇಲೆ ಗಂಟನ್ನು ಅದರೊಳಗೆ ಇಳಿಸಬೇಕು. ಗಂಟಲ್ಲಿರುವ ಅಷ್ಟೂ ಸಾಮಗ್ರಿಗಳು ತುಂಬಾ ಚೆನ್ನಾಗಿ ಬೆಂದು ಹಾಕಿದ ನೀರು ಬತ್ತಿ ಬತ್ತಿ ಕಾಲು ಭಾಗದಷ್ಟಾಗಬೇಕು. ಒಳಗಿರುವ ಅಷ್ಟೂ ಸಾಮಾಗ್ರಿ ಬೇಯಲು ಹೆಚ್ಚುಕಡಿಮೆ ಮೂರು ಗಂಟೆ ತೆಗೆದುಕೊಳ್ಳುತ್ತದೆ. ಅಲ್ಲಿಯ ತನಕ ಬೆಂದಿದೆಯಾ ಎಂದು ಪರೀಕ್ಷಿಸುವುದೂ ಬೇಡ. ಮೂರು ತಾಸು ಆದಮೇಲೆ ಗಂಟು ಬಿಚ್ಚಿ ಮೊದಲು ಕಾಳುಮೆಣಸು ಮೆತ್ತಗಾಗಿದೆಯಾ ನೋಡಬೇಕು. ಸಾಮಾನ್ಯವಾಗಿ ಕಾಳುಮೆಣಸು ಬೆಂದಿದೆ ಎಂದರೆ ಎಲ್ಲವೂ ಬೆಂದಿವೆ ಎಂದರ್ಥ. ಅಷ್ಟೂ ಸಾಮಗ್ರಿಗಳು ಬೆಂದಿರುವುದು ಖಚಿತವಾದ ಮೇಲೆ, ಅವು ತಣಿದ ನಂತರ ಮಿಕ್ಸಿ ಮಾಡಿಕೊಳ್ಳಬೇಕು. (ಒರಳು ಕಲ್ಲಿನಲ್ಲಾದರೆ ಬಿಸಿಯಾಗಿರುವಂತೆಯೇ ಬೀಸಿಕೊಳ್ಳಬಹುದು.) ಬಂದ ರಸವನ್ನು ಹಿಂಡಿ ಪಾತ್ರೆಯೊಂದಕ್ಕೆ ಹಾಕಬೇಕು.

ಪದೇ ಪದೇ ಬೀಸಿ ಸಂಪೂರ್ಣ ಜಿಗುಟಷ್ಟೇ ಉಳಿಯುವಂತೆ ಮಾಡಿ, ಹಿಂಡಿ ತೆಗೆದಿರುವ ರಸವನ್ನು ಶುದ್ಧ ಬಿಳಿ ಬಟ್ಟೆಯಲ್ಲಿ ಸೋಸಿಕೊಳ್ಳಬೇಕು. ಒಂದು ಸಣ್ಣ ಕಸವೂ ಈ ತಿಳಿಯಾದ ರಸದೊಳಗೆ ಬೀಳಬಾರದು. ಈ ರಸವನ್ನು ಒಲೆಯ ಮೇಲಿಟ್ಟು ಚೆನ್ನಾಗಿ ಕುದಿ ಬರಿಸಬೇಕು. ನಾಲ್ಕೈದು ಕುದಿ ಬರುತ್ತಿದ್ದಂತೆ ಬೆಲ್ಲ ಸೇರಿಸಿ, ದೋಸೆ ಹಿಟ್ಟಿನ ಹದ ಬರುವ ತನಕ ಸೌಟು ಹಾಕುತ್ತಾ ಕರಡುತ್ತಿರಬೇಕು. ಸರಿಯಾದ ಮಿಶ್ರಣ ತಯಾರಾದ ನಂತರ ಗ್ಯಾಸ್ ಆಫ್. ಈ ಮಿಶ್ರಣ ಮೂರ್ನಾಲ್ಕು ತಿಂಗಳ ತನಕ ಕೆಡದೆ ಇರುತ್ತದೆ. ಫ್ರಿಜ್ ನಲ್ಲಿಡುವುದು ಬೇಡ.

ವಿ.ಸೂ– ಒಂದು ವೇಳೆ ಬಟ್ಟೆಯಲ್ಲಿ ಕಟ್ಟಿದ ಮಿಶ್ರಣ ಸಂಪೂರ್ಣ ಬೆಂದಿಲ್ಲ ಎನಿಸಿದರೆ ನೇರವಾಗಿ ಅದಕ್ಕೇ ನೀರು ಹಾಕದೆ, ಪ್ರತ್ಯೇಕವಾಗಿ ನೀರು ಬಿಸಿ ಮಾಡಿ ಮಿಶ್ರಣಕ್ಕೆ ಹಾಕಬೇಕು.

'ಮೆಣಸ'ನ್ನು ಬಾಳಂತಿಗೆ ಕೊಡುವ ಕ್ರಮ–

ತುಪ್ಪ – 1 ಸೌಟು

ನಿಂಬೆ – 1 ಇಡೀ ನಿಂಬೆ

ಮೆಣಸು – 2 ಸೌಟು

ತುಪ್ಪವನ್ನು ಬಿಸಿ ಮಾಡಿಕೊಳ್ಳಬೇಕು. ಈ ಬಿಸಿ ತುಪ್ಪಕ್ಕೆ 2 ಸೌಟು ತಯಾರಾದ ಮೆಣಸನ್ನು ಹಾಕಿ ಚೆನ್ನಾಗಿ ಮಿಕ್ಸ್ ಮಾಡಬೇಕು. ಬಿಸಿಯಾದ ಮೇಲೆ ಕೆಳಗಿಳಿಸಿ ಇಡೀ ನಿಂಬೆ ಹಣ್ಣು ಹಿಂಡಿ ಬಿಸಿ ಇರುವಂತೆಯೇ ಬಾಳಂತಿಗೆ ತಿನ್ನಲು ಕೊಡಬೇಕು.

ಬಾಳಂತಿ 'ಮೆಣಸು' ತಿನ್ನುವಾಗ ವಹಿಸಬೇಕಾದ ಎಚ್ಚರಿಕೆಗಳು–

- ನಾರ್ಮಲ್ ಡೆಲಿವರಿ ಆದರೆ ನಾಲ್ಕನೇ ದಿವಸ, ಸಿ–ಸೆಕ್ಷನ್ ಆದಲ್ಲಿ 20 ದಿನಗಳ ನಂತರ ಸೇವಿಸಬೇಕು. ತಲೆಸ್ನಾನ ಮಾಡಿದ ದಿನವೇ ಇದನ್ನು ಕೊಡುತ್ತಾರೆ.
- ಉಷ್ಣ ತಡೆಯದ ದೇಹಕ್ಕೆ ಕಾಳುಮೆಣಸು ಕಡಿಮೆ ಇರಲಿ.
- ಔಷಧವನ್ನು ಮಧ್ಯರಾತ್ರಿ ಕೊಡಬೇಕು. ಅದಕ್ಕೂ ಮೊದಲು ಅಂದರೆ ರಾತ್ರಿ 8 ಗಂಟೆಯೊಳಗೆ ಹಾಲು–ಮೊಸರು ಇಷ್ಟೇ ಹಾಕಿ ಊಟ ಮುಗಿಸಿರಬೇಕು.
- ಔಷಧಿ ಕುಡಿದ ನಂತರ ನೀರು ಕುಡಿಯಲೇಬಾರದು. ಬೇಧಿಯಾಗುವ ಸಾಧ್ಯತೆ ಇದೆ.
- ಬೆಳಿಗ್ಗೆ ಎದ್ದಾಗಲೂ ನೀರು ಕುಡಿಯದೆ ಒಂದು ದೊಡ್ಡ ಲೋಟ ಹಾಲು ಕುಡಿಯಬೇಕು. ಆ ದಿನ ಬೆಳಿಗ್ಗೆ ತಿಂಡಿ ತಿನ್ನುವಂತಿಲ್ಲ. 11 ಗಂಟೆಯ ಹೊತ್ತಿಗೆ ಷರಬತ್ತು ಕುಡಿಯಬೇಕು. (4 ಲೋಟ).

  ಷರಬತ್ತು ಮಾಡುವ ವಿಧಾನ– 8 ಲೋಟ ನೀರನ್ನು ಬತ್ತಿಸಿ ನಾಲ್ಕು ಲೋಟಕ್ಕೆ ಇಳಿಸಿ ಬೆಲ್ಲ, ನಿಂಬೆಹುಳಿ (1 ಹಣ್ಣು), ಬೇಕೆಂದರೆ ಚಿಟಿಕೆ ಉಪ್ಪು ಹಾಕಿ ತಣಿಸಿದರೆ ಬಾಳಂತಿ ಷರಬತ್ತು ರೆಡಿ.
- ಮರುದಿನ ಮಧ್ಯಾಹ್ನಕ್ಕೆ ಅನ್ನ–ಮೊಸರು.
- ಮೊದಲ ಸರಿ ಕೊಡುವಾಗ ಮಾತ್ರ ಷರಬತ್ತು. ತಿಂಡಿ ಇಲ್ಲ. ಆಮೇಲಿನ ಸಲ ಬೆಳಿಗ್ಗೆ ತಿಂಡಿಯನ್ನೂ ತಿನ್ನಬಹುದು. ಆದರೆ ಎದ್ದ ಕೂಡಲೇ ದೊಡ್ಡ ಲೋಟದಲ್ಲಿ ಹಾಲು ಪ್ರತಿ ಬಾರಿ ಕುಡಿಯಬೇಕು.
- ಹದಿನೈದು ದಿನದೊಳಗೆ ಒಮ್ಮೆ ಮೆಣಸು ಕೊಟ್ಟರೆ, ತಿಂಗಳು ತುಂಬುವುದರೊಳಗೆ ಮತ್ತೊಮ್ಮೆ ಕೊಡಬೇಕು. ಮೂರು ತಿಂಗಳ ಅವಧಿಯಲ್ಲಿ 4–5 ಬಾರಿ ಕೊಟ್ಟರಾಯಿತು.
- ಮೆಣಸು ಕುಡಿದ ಮರುದಿನ ಸ್ನಾನ ಮಾಡುವಂತಿಲ್ಲ. ಮೆಣಸು ದೇಹದ ಶಾಖವನ್ನು ಹೆಚ್ಚಿಸಿರುತ್ತದೆ. ಸ್ನಾನ ಮಾಡುವಾಗ ನೀರನ್ನು ಬಹುಬೇಗ ಹೀರಿಕೊಳ್ಳುತ್ತದೆ. ಹೀಗೆ ಬಾಳಂತಿ ದೇಹ ನೀರು ಹೀರಿಕೊಳ್ಳುವುದು ಒಳ್ಳೆಯದಲ್ಲ ಎಂಬುದು ಕಾರಣ.

ಮೆಣಸು ಕುಡಿದ ನಂತರ ಅಜ್ಜಿಯಂತೂ ಒಂದು ನಿಮಿಷ ಕೂತಿರಲೂ ಬಿಡುತ್ತಿರಲಿಲ್ಲ. ಕೂಡಲೇ ಮುಚ್ಚಿ ಹೊದ್ದು ಮಲಗಬೇಕಾಗಿತ್ತು. ನೀರು ಕುಡಿಯಬೇಕೆನಿಸಿದರೂ ಕಂಟ್ರೋಲ್ ಮಾಡಿಕೊಂಡು ಮಲಗುತ್ತಿದ್ದೆ. ಇದನ್ನು ಓದುತ್ತಿರುವ ಫ್ಯೂಚರ್ ಮತ್ತು ಪ್ರೆಸೆಂಟ್ ಬಾಳಂತಿಯರೇ.. ಮೇಲೆ ಹೇಳಿದ ಅಷ್ಟೂ ಅಂಶ ಚಾಚೂ ತಪ್ಪದೆ ಪಾಲಿಸಿದರೆ 'ಮೆಣಸು' ತಿನ್ನಲು ಅಜ್ಜಿಯ ತಕರಾರಿಲ್ಲ!

ಗೋಣಿಗುಟ್ಟು ಮತ್ತು ಬೆಳಗಿನ ಔಷಧಿ

ಸಂಪನ್ನ ಹುಟ್ಟಿದ ಆಗಸ್ಟ್ ತಿಂಗಳು ಅಚ್ಚ ಮಳೆಯ ಕಾಲ. ನನ್ನ ಬಾಣಂತನವಾಗಿದ್ದು ಧೋ ಸುರಿಯುವ ಮಲೆನಾಡಿನ ಊರಾದ ತಾಳಗುಪ್ಪದಲ್ಲಿ. ಅಜ್ಜಿಗೆ ಮಳೆಗಾಲದ ಬಾಣಂತನ ಅಂದರೆ ಒಂದು ಪಟ್ಟು ಹೆಚ್ಚಿಗೆ ಖುಷಿ. ಭೂಮಿ ಸದಾ ಒದ್ದೆ ಇರುವ ಸಮಯದಲ್ಲಿ ಬೇಕಾದ ಎಲ್ಲಾ ಔಷಧೀಯ ಸಸ್ಯಗಳು ಹಸಿಯಾಗಿ ಸಿಗುತ್ತವೆ ಎಂಬುದು ಇದಕ್ಕೆ ಕಾರಣ. ಹಗಲಿನ ಒಂದು ರೌಂಡ್ ಬಾಳಂತಿ ಕೆಲಸಗಳಾದ ಮೇಲೆ ಅಜ್ಜಿ ಔಷಧೀಯ ಗಿಡಗಳನ್ನು ತರಲು ಹೊರಹೊರಡುತ್ತಿದ್ದಳು. ಊರು ಮನೆಯ ಬೇರೆ ಒಂದಷ್ಟು ತೋಟಗಳಿಂದಲೂ ನಮ್ಮನೆಗೆ ಈ ಬೇರು–ನಾರುಗಳು ಸಪ್ಲೈ ಆಗುತ್ತಿತ್ತು. ಇವೆಲ್ಲವೂ 'ಬೀಸಿ ಕಾಸುವ' ಔಷಧಕ್ಕೆ ಬಳಕೆ.

'ಮೆಣಸು' ಬಾಳಂತಿ ಔಷಧಗಳ ರಾಜನಾದರೆ, 'ಬೀಸಿ–ಕಾಸುವ' ಔಷಧಗಳು ಚೆಸ್ ಆಟದ ಸೈನಿಕರಿದ್ದಂತೆ. ಅವುಗಳ ಬಲದಿಂದಲೇ ಬಾಳಂತಿ ಬೇಗ ಚೇತರಿಸಿಕೊಳ್ಳುವ ಜೊತೆ, ಮುಂದೆಯೂ ದೇಹ ಸದೃಢವಾಗಿರುವಂತೆ ಕಾಪಾಡುತ್ತವೆ. ಸುಮಾರು 25 ಬಗೆಯ ಇಂತಹ ಬೀಸಿ ಕಾಸುವ ಔಷಧೀಯ ವಸ್ತುಗಳಿವೆ. ಇದರಲ್ಲಿ ಕೆಲವು ನಮಗೆ ರೆಡಿಯಾಗಿ ಸಿಗುವಂಥದ್ದಾದರೆ, ಕೆಲವು ಹಸಿ ಎಲೆ–ಬೇರು–ದಂಟುಗಳಿಂದ ಮಾಡುವಂಥವು. ಲವಂಗ, ಜೀರಿಗೆ, ಕೊತ್ತಂಬರಿ, ಹಸಿ ಅರಶಿನ, ನೆಗ್ಗಿನ ಮುಳ್ಳು, ಮರಾಠ ಮೊಗ್ಗು, ಹಿಪ್ಲಿ, ಬಡೇಸೊಪು (ಸೋಂಪು), ಬಾಳಂತಿ ಅಂಟು, ಗಸಗಸೆ ಇವು ಅಂಗಡಿಗಳಲ್ಲಿ ಸಿಗುತ್ತವೆ. ಚಿಟ್ಟಟ್ಟೆ ಬೇರು, ಅಮೃತ ಬಳ್ಳಿ, ಹಾಡೆಗೆಡ್ಡೆ ಬೇರು, ಹಾಗಲಬೇರು, ಕಿರುಗೊಡಸನ, ಕಳ್ಳಂಗಡ್ಲೆ ಬೇರು, ಚೊಗಟೆ ಬೇರು, ಎಲೆಗುರಿಗೆ ಬೇರು, ಮಿಟ್ಲೆ ಬೇರು, ಒಂದೆಲಗ, ಪಚ್ಚೆತೆನೆ, ಬಿಲ್ವಪತ್ರೆ ಇವನ್ನು ಹಸಿಯಾಗಿ ತಂದು

ಮಾಡಬೇಕು. ನಾನಂತೂ ಇವುಗಳಲ್ಲಿ ಕೆಲವು ಗಿಡಗಳ ಹೆಸರನ್ನೇ ಕೇಳಿರಲಿಲ್ಲ.

“ಹಿಂದೆಲ್ಲಾ ಮೂವತ್ತು ದಿನಕ್ಕೆ ಮೂವತ್ತು ಥರದ್ದು ಬೀಸಿ-ಕಾಸಿ ಕೊಡ್ತಾ ಇದ್ದಿದ್ದ. ಈಗ ಎಲ್ಲಾ ಗಿಡಗಂಟಿಗಳು ಸಿಗದಿಲ್ಯೆ” ಎನ್ನುತ್ತಲೇ ಅಜ್ಜಿ ಸುಮಾರಷ್ಟು ಔಷಧ ಕೊಟ್ಟಿದ್ದಳು. ಇವೆಲ್ಲವೂ ಬೆಳಗಿನ ಜಾವ, ಅಂದರೆ ಸುಮಾರು 4–5 ಗಂಟೆಯ ಹೊತ್ತಲ್ಲಿ ಕುಡಿಯುವ ಔಷಧಗಳು. ಬಾಳಂತಿಗೆ ಒಂದು ನಿದ್ರೆ ಕಳೆದ ಮೇಲೆ ಕೊಡಬೇಕೆಂಬ ನಿಯಮ. ತಯಾರಿ ಮಾತ್ರ ಹಿಂದಿನ ಸಂಜೆಗೇ ಆಗಿರಬೇಕು. ಎಲ್ಲಾ ಬೇರು-ನಾರುಗಳ ಔಷಧಗಳನ್ನು ಮಾಡುವುದು ಹೆಚ್ಚು-ಕಡಿಮೆ ಒಂದೇ ರೀತಿ. ಹಾಕಬೇಕಾದ ವಸ್ತುಗಳ ಪ್ರಮಾಣ ಕೆಲವೊಂದರಲ್ಲಿ ಸಣ್ಣ ವ್ಯತ್ಯಾಸವಾಗುತ್ತದಷ್ಟೆ. ಬೀಸಿ-ಕಾಯಿಸಿ ರಾತ್ರಿ ಪೂರ್ತಿ ಹಾಗೇ ಇಟ್ಟು ಬೆಳಿಗ್ಗೆ ಹಾಲು-ತುಪ್ಪ ಹಾಕಿ ಕುಡಿಯಲು ಕೊಡುತ್ತಿದ್ದಳು ಅಜ್ಜಿ. ಇದರಲ್ಲಿ ಕೆಲವಷ್ಟೇ ಔಷಧ ಸ್ವಲ್ಪ ಕಹಿ ಇರುತ್ತದೆ ಬಿಟ್ಟರೆ ಉಳಿದಂತೆ ಎಲ್ಲವೂ ಯಮ್ಮಿ ಟೇಸ್ಟಿಯೇ. ಮೂರು ತಿಂಗಳ ತನಕ ಈ ಬೀಸಿ-ಕಾಯಿಸುವ ಔಷಧಗಳು. ನಂತರ ಬೆಳಗಿನ ಜಾವ ಹಾಲಿನ ಜೊತೆಗೆ ಶುಂಠಿ ಉಂಡೆ-ಅಂಟಿನುಂಡೆ ಕೊಡಲಾಗುತ್ತದೆ.

“ಒಂದಿನ ತಂಪಿನ ಔಷಧಿ ಮಾಡಿರೆ, ಮತ್ತೊಂದು ದಿನ ಉಷ್ಣದ್ದು. ನಂಜು ಹೋಯಕು ಹೇಳಾದ್ರೆ ಎಲ್ಲದನ್ನೂ ಕುಡಿಯಕು. ನಿನ್ನ ಅತ್ತೆ ಥರ ಮಾಡಡ ಮತ್ತೆ..” ಎಂದು ಅಜ್ಜಿ ತನ್ನ ಮಗಳು ಅಂದರೆ ನನ್ನ ಅತ್ತೆಯ ಕಥೆ ಬಿಚ್ಚಿಟ್ಟಳು. ನನ್ನ ಯಜಮಾನರು ಹುಟ್ಟಿದಾಗ ಅತ್ತೆಗಿನ್ನೂ ಇಪ್ಪತ್ತರ ಹುಡುಗಾಟದ ವಯಸ್ಸು. ಔಷಧಿ ಕುಡಿಯುವುದೆಂದರೆ ಮಾರು ದೂರ ಓಟ. ಈ ಬೀಸಿ-ಕಾಯಿಸುವ ಔಷಧಗಳೆಂದರೆ ಅತ್ತೆಗೆ ವಾಕರಿಕೆ. ಆದರೂ ಕೊಟ್ಟ ಔಷಧಗಳನ್ನೆಲ್ಲಾ ರಪ್ಪನೆ ಖಾಲಿ ಮಾಡಿಕೊಡುತ್ತಿದ್ದರಂತೆ ಅತ್ತೆ. ಎಲ್ಲಿಯ ತನಕ ಎಂದರೆ ಹಿಂದೆಲ್ಲಾ ಕುಡಿಸಲು ಹರಸಾಹಸ ಪಡಬೇಕಾಗಿದ್ದಂಥ ಘೋರ ಕಹಿಯುಳ್ಳ ಔಷಧಗಳೂ ಮಂಗಮಾಯ. ಅಜ್ಜಿಗೆ ಡೌಟ್ ಬರುತ್ತಿದ್ದರೂ ಬಾಳಂತಿ ಎಲ್ಲವನ್ನೂ ಕುಡಿಯುತ್ತಿದ್ದಾಳೆ ಎಂದು ಸುಮ್ಮನಿದ್ದವರಿಗೆ ಒಂದು ದಿನ ರೆಡ್ ಹ್ಯಾಂಡ್ ಆಗಿ ಅತ್ತೆ ಸಿಕ್ಕಿಬಿದ್ದಿದ್ದರು. ಮಹಾನ್ ತಲೆ ಉಪಯೋಗಿಸಿದ್ದರು ಅತ್ತೆ. ಆಗೆಲ್ಲಾ

ಕಾಲು ಒರೆಸಲು ಬಾಗಿಲ ಬಳಿ ದಪ್ಪನೆಯ ಗೋಣಿಚೀಲಗಳನ್ನು ಬಳಸುತ್ತಿದ್ದರು. ಅಷ್ಟೂ ಔಷಧವನ್ನು ಅರ್ಧ ಕುಡಿದು ಇನ್ನರ್ಧ ಗೋಣಿಯ ಕೆಳಗೆ ಸುರಿಯುತ್ತಿದ್ದರು. ಮಣ್ಣಿನ ನೆಲ ಎಲ್ಲವನ್ನೂ ಹೀರಿಕೊಳ್ಳುತ್ತಿತ್ತು. ಮನೆ ಗುಡಿಸಿ–ಒರೆಸುವ ಕೆಲಸ ಅತ್ತೆಯ ತಂಗಿ ಉಷತ್ತೆಯ ಪಾಲಿದ್ದು. ಅವರಿಬ್ಬರಿಗೂ ಮೊದಲೇ ಡೀಲ್ ಆಗಿರುತ್ತಿತ್ತು. ಹಾಗಾಗಿ ಗೋಣಿ ಕೆಳಗಿನ ರಹಸ್ಯ ಯಾರಿಗೂ ತಿಳಿಯುತ್ತಿರಲಿಲ್ಲ. ಅತ್ತೆಗೆ ತುಂಬಾ ಇಷ್ಟ ಎಂದು ಬಾಳಂತಿಗೆ ಕೊಡಲೇಬಾರದ ಹಲಸಿನಹಣ್ಣನ್ನೂ ಕದ್ದುಮುಚ್ಚಿ ತಿನ್ನಿಸಿದ್ದರಂತೆ ಉಷತ್ತೆ.

"ನೀನು ಹಂಗೆಲ್ಲಾ ಮಾಡದಿಲ್ಲೆ ಬಿಡು. ಸೆಗಣಿ ಕರಡಿ ಕೊಟ್ರೂ ಕುಡೀತೆ" ಎಂದು ನನಗೆ ಶಹಭಾಸ್ ಗಿರಿ ಕೊಡುತ್ತಲೇ, ಹಾಗೆಲ್ಲಾ ಮಾಡಬಾರದೆಂಬ ಎಚ್ಚರಿಕೆಯನ್ನೂ ಕೊಟ್ಟ ಅಜ್ಜಿ ರಾತ್ರಿ ಎಷ್ಟು ಗಂಟೆಗೆ ಮಲಗಿದರೂ ಬೆಳಗಿನ ಜಾವ ಎದ್ದು ನನಗೆ ಈ ಔಷಧಗಳನ್ನು ಕುಡಿಯಲು ಕೊಡುತ್ತಿದ್ದಳು ಎಂಬುದು ಸದಾ ಅಚ್ಚರಿಯೇ. ಆ ಎಪ್ಪತ್ತೆರಡರ ವಯಸ್ಸಲ್ಲೂ ಬಾಳಂತಿಯ ಅಷ್ಟೂ ಕೆಲಸಗಳನ್ನು ಕೊಂಚವೂ ಅಸಹನೆಯಿಲ್ಲದೆ, ಲವಲವಿಕೆಯಿಂದ ಜೋಕ್ ಹೊಡೆಯುತ್ತಾ ಮಾಡುತ್ತಿದ್ದಳು ಅಜ್ಜಿ. ಮೊದಲ ಬಾಣಂತನಕ್ಕೆ ಬಂದಿದ್ದ ನನ್ನ ಸರಸ್ವತಿ ದೊಡ್ಡಮ್ಮನಿಗೂ ಎಪ್ಪತ್ತು ಕಳೆದಿತ್ತು. ಕಿವಿ ಮಂದವಾಗಿದ್ದ ಅವರ ಬೆನ್ನು ಬಾಗಿ, ಕಾಲು ನೋವು, ವಯೋ ಸಹಜವಾದ ಬಹಳಷ್ಟು ಸಮಸ್ಯೆಗಳು ವಿಪರೀತ ಎನ್ನುವಷ್ಟೇ ಇತ್ತು. ಆದರೂ ಶಿಶುವಿಗೆ ಎಣ್ಣೆ ಹಚ್ಚಿ–ಮೀಯಿಸಿ ಕೊಡುತ್ತಿದ್ದಳು. ಊರಿನ ಕಡೆ ಮಹಾನ್ ಔಷಧಗಳ ಬಲ್ಲ ಇಂತಹ ಅಜ್ಜಿಯರಿದ್ದಾರೆ. ಮಾಮೂಲಿ ಎನ್ನುವಂತಹ ಆರೋಗ್ಯ ಸಮಸ್ಯೆಗಳಿಗೆ ಇವರ ಬಳಿ ಅದ್ಭುತವಾದ ಪರಿಹಾರಗಳಿವೆ. ಇಂತಹ ಅಜ್ಜಿಯರು ನನ್ನ ಬಾಣಂತನಕ್ಕೆ ಸಿಕ್ಕಿದ್ದಕ್ಕೆ ನಾನು ಕೃತಜ್ಞಳು.

ಬಾಳಂತಿ ಪುರಾಣ 10

ಬಾಳಂತಿಯೂ... ಹೊರೆ ಬಟ್ಟೆಯೂ...

"ಅಲ್ದೇ ಕಲ್ಪನಾ.. ಹಲೋ.. ನಿಮ್ಮನೇಲಿ ಅಂಗಸ್ತ್ರ ಪಂಜಿ, ಕಾಟನ್ ಟವೆಲ್, ಹಳೇ ಕಾಟನ್ ಸೀರೆ, ಪಂಚೆ... ಎಂತ ಇದ್ರೂ ದಂಡ ಮಾಡಡ. ಎಲ್ಲದೂ ತೆಗೆದಿಟ್ಟಿರು. ನಾನೇ ಬಂದು ತಗಂಡು ಹೋಗ್ತಿ.." ಅಮ್ಮನ ಫೋನ್ ಕಲ್ಪನತ್ತಿಗೆಗೆ ಹೋಗಿ ಆಗಿತ್ತು.

ಅತ್ತ ಕಡೆ ಕಲ್ಪನತ್ತಿಗೆಗೆ ಪೀಠಿಕೆ ಇಲ್ಲದೆ ಶುರುವಾದ ಅಮ್ಮನ ಮಾತಿನಿಂದ ಗೊಂದಲ.

"ಎಂತಾತು ಅತ್ತೆ? ಎಂತಕಷ್ಟು ಟೆನ್ಷನ್ ಮಾಡ್ಕಂಡಿದ್ದೆ?"

"ಕಲ್ಪನಾ.. ಸದ್ಯ ನಿನ್ನಲ್ಲೇ ಇರ್ಲಿ. ಶ್ರೀಕಲಾ ಎರಡನೇ ಬಸಿರಿನೇ..." ವಿಷಯ ಮುಗಿದ ನಂತರ ಪೀಠಿಕೆ ಹೇಳುವ ಅಮ್ಮನ ಮಾತಿನ ಸ್ಟೈಲ್ ರೂಢಿಯಾಗಿದ್ದ ನಮಗೆ ಕಡೆಯ ಸಾಲನ್ನು ಮೊದಲೂ, ಮೊದಲನೆಯದ್ದನ್ನೂ ಕಡೆಗೂ ಮಾನಸಿಕವಾಗಿ ಕಟ್-ಪೇಸ್ಟ್ ಮಾಡುವುದೂ ಕರಗತ. ಹೀಗಾಗಿ ಶ್ರೀಕಲಾ ಬಸಿರಿಯಾಗಿರುವ ಕಾರಣಕ್ಕಾಗಿ ಮೇಲೆ ನೀಡಿದ ಬಟ್ಟೆ ಲಿಸ್ಟ್ ಬೇಕು ಎನ್ನುವುದು ಕಲ್ಪನತ್ತಿಗೆಗೆ ಅರ್ಥವಾಯಿತು. ಜೊತೆಗೆ ಗರ್ಭಿಣಿ ಎಂಬ ಜಗದೇಕ ಸೀಕ್ರೆಟ್ ಕೂಡಾ ಹೊರಬಿದ್ದಿತ್ತು!

ಕಟ್ ಮಾಡಿದ್ರೆ.. ಪೌರೋಹಿತ್ಯ ಮಾಡುವ ಪಕ್ಕದ ಮನೆಯ ಶಂಕರಭಟ್ಟರ ಮನೆಯಲ್ಲೂ ಅಮ್ಮನಿಂದ ಸೇಮ್ ಸೀನ್. ಅಲ್ಲಿಂದಲೂ ಕಾಟನ್ ಪಂಚೆ, ಶಲ್ಯ, ಟವೆಲ್‌ಗಳು ಮನೆಗೆ.. ಗರ್ಭಿಣಿ ಎನ್ನುವುದನ್ನು ನಾನಿನ್ನೂ ಅರಗಿಸಿಕೊಳ್ಳುತ್ತಿರುವ ಹೊತ್ತಲ್ಲಿ ಅಮ್ಮ ಇಷ್ಟೆಲ್ಲಾ ಬಟ್ಟೆ ಒಟ್ಟುಹಾಕಿರುತ್ತಾಳೆ. ಅದೂ ಒಂಭತ್ತು ತಿಂಗಳು ಕಳೆದು ಬರುವ ಬಾಣಂತನಕ್ಕೆ!

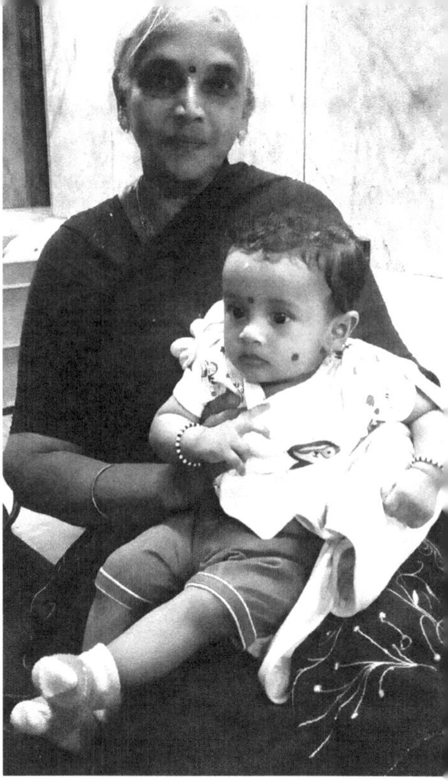

ಮೊದಲ ಗರ್ಭಿಣಿಯಾಗಿದ್ದಾಗ ಅಮ್ಮ ಯಾಕಿಷ್ಟು ಬಟ್ಟೆ ಗುಡ್ಡೆಹಾಕುತ್ತಾಳೋ, ಇದೊಂದು ಪರಮ ವೇಸ್ಟ್ ಕೆಲಸ ಅಂದುಕೊಂಡಿದ್ದೆ. ದುಶ್ಶಾಸನನಿಂದ ದ್ರೌಪದಿಯನ್ನು ರಕ್ಷಿಸಲು ಕೃಷ್ಣ ಕಾಟನ್ ಸೀರೆಯನ್ನೇ ಕರುಣಿಸಿದ್ದರೆ ಅಮ್ಮ ಅದನ್ನೂ ಬಿಡುತ್ತಿರಲಿಲ್ಲ ಅನಿಸಿತ್ತು. ಆದರೆ ಆ ಚೊಚ್ಚಲ ಬಾಣಂತನದ ನಂತರವೇ ಕಾಟನ್ ಬಟ್ಟೆಗಳ ಮಹಿಮೆ ಗೊತ್ತಾಗಿದ್ದು. ಹೀಗಾಗಿಯೇ ಎರಡನೇ ಸಲ ಕೂಸನ್ನು ಒಡಲಲ್ಲಿ ಹೊತ್ತಾಗ ಅಮ್ಮನ ಬಟ್ಟೆ ಸಂಗ್ರಹದ ಬಗ್ಗೆ ಯಾವುದೇ ತಕರಾರೂ ಇರಲಿಲ್ಲ. ಅಷ್ಟೆಲ್ಲಾ ಬಟ್ಟೆ ಯಾಕೆ ಎಂಬುದು ಬಾಣಂತನದ ಮೊದಲ ನಾಲ್ಕೈದು ತಿಂಗಳ ಅವಧಿಯನ್ನು ಕಳೆದವರಿಗಷ್ಟೇ ಗೊತ್ತು. ಅದರಲ್ಲೂ ಕೊಂಚ ಹಳೇ ಪದ್ಧತಿಯಲ್ಲಿ ಬಾಣಂತನ ಮಾಡಿಸಿಕೊಂಡವರಿಗೆ ಬಟ್ಟೆಗಳು ಅಕ್ಷಯಪಾತ್ರೆಯಿಂದ ಬಂದರೂ ಬೇಕು. ಅಂತೂ ಒಂಭತ್ತು ತಿಂಗಳಾಗುವಷ್ಟರಲ್ಲಿ ಅಮ್ಮ ಕಲೆಹಾಕಿದ ಎರಡು ದೊಡ್ಡ ಬಟ್ಟೆ ಬ್ಯಾಗ್ ಗಳು ಬಾಣಂತನಕ್ಕಾಗಿ ಚಾತಕ ಪಕ್ಷಿಗಳಂತೆ ಕಾದು ಕುಳಿತಿದ್ದವು.

ಶುದ್ಧಬಿಳಿ ಕಾಟನ್ ಬಟ್ಟೆಗೆ ಮೊದಲ ಸ್ಥಾನ. ಆಗತಾನೇ ಹುಟ್ಟಿದ ನವಜಾತ ಶಿಶುವನ್ನು ಕಟ್ಟಿ ಮಲಗಿಸುವುದೇ ಬಿಳಿಯಾದ, ತೆಳ್ಳನೆಯ ಹತ್ತಿ ಬಟ್ಟೆಯಲ್ಲಿ. ಎಲ್ಲಿಯೂ ಗಾಳಿಯಾಡದಂತೆ ಮುಖ ಮಾತ್ರ ಬಿಟ್ಟು ಅಡಿಯಿಂದ ಮುಡಿಯವರೆಗೆ ಬಟ್ಟೆಯಿಂದ ಸುತ್ತಿರುವ ಪಾಪು ನೋಡಲು ಗುಬ್ಬಚ್ಚಿ ಮರಿಯೇ. "ದಿನಾ ಮೀಸಿ (ಸ್ನಾನ) ಆದ್ಮೇಲೆ ಹೀಂಗೆ ಕಟ್ಟಿ ಮಲಗ್ಸಿರೆ ಮಗು ಶರೀರ ನೆಟ್ಟಗೆ, ನೀಟಾಗಿ, ಲಾಯ್ಕಾಗ್ತು.. ಮಕ್ಳು ಚೊಲೋ ನಿದ್ರೆನೂ ಮಾಡ್ತ" ಎನ್ನುತ್ತಿದ್ದಳು ಅಜ್ಜಿ. ಮಗುವಿನ ನಿದ್ದೆಯಾದ ಬಳಿಕ ಇದೇ ಬಿಳಿ ಬಟ್ಟೆಯಲ್ಲಿ ಮಾಡಿದ ಗೊಬ್ಬೆ-ಟೊಪ್ಪಿ ಕಟ್ಟುತ್ತಿದ್ದಳು. ಮಗುವಿನ ಅಳತೆಗೆ ತಕ್ಕಂತೆ ಚೌಕಾಕಾರವಾಗಿ ಬಟ್ಟೆಯನ್ನು ಕತ್ತರಿಸಿ, ಎರಡೂ ತುದಿಯನ್ನು ಜೋಡಿಸಿ ತ್ರಿಕೋನಾಕಾರಕ್ಕೆ ಬರುವಂತೆ ತುದಿಗಳನ್ನು ಕಟ್ಟಬೇಕು. ಇದನ್ನು ಪಾಪುವಿನ ಕುತ್ತಿಗೆಯಿಂದ ಇಳಿಬಿಟ್ಟು ಮೈಗೆ ಒಂದು ಸುತ್ತು ಸುತ್ತಿ ಹೊಟ್ಟೆಯ ಮೇಲೆ ಗಂಟು ಬರುವಂತೆ ಕಟ್ಟಿದರೆ ಅದೇ ಗೊಬ್ಬೆ. 'ಗೊಬ್ಬೆ" ಎಂಬ ಹೆಸರೇ ಬಹಳ ಮಜವಾಗಿ ಕೇಳಿಸುತ್ತದೆ. ಈ ಹೆಸರು ಹೇಗೆ ಬಂತೋ ಗೊತ್ತಿಲ್ಲ. "ನೀ ಎಷ್ಟೇ ಪಿಳಿಪಿಳಿ ಅಂಗಿ

ಹಾಕಕು ಅಂತ ಅಂದ್ಕಂಡ್ರೂ ಗೊಬ್ಬೆ–ಟೊಪ್ಪಿ ಒಳಗಿಂದ ಕಟ್ಲೇ ಬೇಕು" ಎಂದು ಅಜ್ಜಿ ತಾಕೀತು ಮಾಡಿದ್ದಳು. ನಾನೂ ಆರು ತಿಂಗಳು ಗೊಬ್ಬೆ ಮಿಸ್ ಮಾಡಿದ್ದೇ ಇಲ್ಲ. ಅಷ್ಟರಮಟ್ಟಿಗೆ ಅವಳು ನನ್ನ ಪಾಲಿನ ಬಾಳಂತಿ ಡಾಕ್ಟರ್ ಆಗಿಬಿಟ್ಟಿದ್ದಳು!

ಇನ್ನು ಅಂಗಸ್ತ್ರ ಪಂಜಿ (ಇದನ್ನು ಪಾಣಿಪಂಚೆ ಎಂದೂ ಕರೆಯುತ್ತಾರೆ) ನೀರನ್ನು ಚೆನ್ನಾಗಿ ಹೀರಿಕೊಳ್ಳುವ ಕಾರಣ ಕೆಂಡಕಾಸಿದ ನಂತರ ಬೆವರು ಒರೆಸಿಕೊಳ್ಳಲು, ತಲೆಗೆ ಕಟ್ಟಿಕೊಳ್ಳಲು, ಪಾಪು ಸ್ನಾನಕ್ಕೆ.. ಹೀಗೆ ಸರ್ವೋರ್ಭ್ಯ ಅಂಗಸ್ತ್ರ ಪಂಜಿ ಮಯವಾಗಿತ್ತು. ಕಾಟನ್ ಪಂಚೆ– ಸೀರೆಗಳೆಲ್ಲಾ ತೊಟ್ಟಿಲಿನ ಹಾಸಿಗೆಗೆ, ಮಗು ಜಗಲಿಯಲ್ಲಿ ಆಗಿ ಮಲಗುವ ಹಾಸಿಗೆಗೆ, ಸ್ವಲ್ಪ ಗಟ್ಟಿಮುಟ್ಟಾಗಿರುವ ಸೀರೆ ಜೋಲಿ ಕಟ್ಟುವುದಕ್ಕೆ. ಪಾಪು ಮೈಮೇಲೆ ಮೂತ್ರ ಮಾಡದಂತೆ ಇರಲು ನಾನಂತೂ ಅಗತ್ಯಕ್ಕಿಂತ ಹೆಚ್ಚೇ ಜಾಗರೂಕಳಾಗಿರುತ್ತಿದ್ದೆ. ಶೀಟ್ ಮೇಲೊಂದು ಬಟ್ಟೆ ಇಟ್ಟುಕೊಂಡೇ ಹಾಲೂಡಿಸುತ್ತಿದ್ದೆ. ಹಾಗಾಗಿ ಅಳಿದುಳಿದ ಬಟ್ಟೆಮಿತ್ರರು ಇದ್ದಷ್ಟೂ ಬೇಕಾಗಿತ್ತು. ಅಷ್ಟೆಲ್ಲಾ ಕಷ್ಟ ಯಾಕೆ? ಡೈಪರ್ ಬಳಸಬಹುದಿತ್ತಲ್ಲ ಎನಿಸಬಹುದು. ಆದರೆ ತೀರಾ ಅನಿವಾರ್ಯದ ಸಂದರ್ಭ ಬಿಟ್ಟರೆ ನಮ್ಮಲ್ಲಿ ಡೈಪರ್ ಹಾಕುವುದು ಇಲ್ಲವೇ ಇಲ್ಲ ಎನ್ನಬಹುದು. ಅದೆಷ್ಟು ಡೈಪರ್ ಕಂಪನಿಗಳು ಹಳ್ಳಿ ಬಾಣಂತನಕ್ಕೆ ಹಿಡಿಶಾಪ ಹಾಕಿದ್ದಾವೋ?!

"ನಂಗ್ಳ ಕಾಲದಲ್ಲಿ ಇಷ್ಟೆಲ್ಲಾ ಬಟ್ಟೆ ಎಲ್ಲಿತ್ತೇ? ಒಂದು ಹೊಸಾ ಸೀರೆ ತಗಂಡು ಬಂದ್ರೆ, ಉಡದಕ್ಕೂ ಮೊದ್ಲು ಅದ್ರ ದಾರ ತೆಗ್ದು ಬೇಲಿಗೆ, ಬೆಂಕಿಗೆ, ದೇವ್ರಿಗೆ, ಸೂರ್ಯಂಗೆ ಹಾಕಕಾಗಿತ್ತು. ಆಮೇಲೆ ಆರು ದಿನ ನಿತ್ಯ ಉಟ್ಟು ಒಳಗೆ ಮಡಚಿಟ್ರೆ ಯಾವುದಾದ್ರೂ ಕಾರ್ಯ–ಕಟ್ಲೆ ಮನೆಗೆ ಉಟ್ಕಂಡು ಹೋಪದಾಗಿತ್ತು. ಈಗ ಮನೇಲಿ ಉಡ ಥರ ಸೀರೆ ಆಗೆಲ್ಲಾ ಪಂಕ್ಷನ್ನಿಗೆ ಸಾಕಾಗ್ತಿತ್ತು.." ಅನುಕೂಲ ಎಷ್ಟು ಜಾಸ್ತಿ ಅಂದ್ರೆ ಉಚ್ಚೆ ಹೀರಿಕೊಳ್ಳಲೂ ಈಗೆಲ್ಲಾ ಮೆತ್ತಗಿನ ಬಟ್ಟೆ ಬಂದಿದೆ ಎನ್ನುವ ಅಜ್ಜಿ

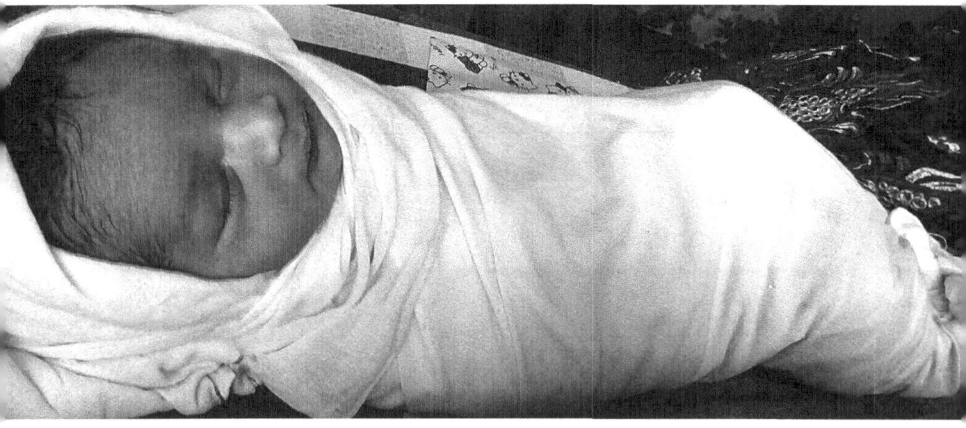

ಹೊಸದನ್ನು ಸ್ವೀಕರಿಸುವ ಮನಸ್ಸಿನವಳು. ಮಗುವಿನ ಮೂತ್ರವನ್ನು ಥಟ್ಟನೆ ಹೀರಿ, ಕೂಡಲೇ ಒಣಗಿ ಹೋಗುವ ಕ್ವಿಕ್ ಡ್ರೈ ಬಟ್ಟೆಗಳನ್ನು ನೋಡಿ ಅವಳು ಹಾಗನ್ನುತ್ತಿದ್ದಳು. "ಹಿಂಗಿದ್ದೆಲ್ಲಾ ನನ್ನ ಅಮ್ಮ ಬಾಣಂತನ ಮಾಡಕಿದ್ರೆ ಇರಕಾಗಿತ್ತು. ಪಾಪ.. ಎಷ್ಟು ಒದ್ದಾಡ್ತಿದ್ದ ಅವ್ವ.." ಎಂದು ತೊಂಬತ್ತು ವರ್ಷ ಬದುಕಿದ್ದ ತನ್ನಮ್ಮನ ನೆನಪು ಮಾಡಿಕೊಂಡು, "ಹೀಂಗೇ ಗಟ್ಟಿ ಇರಹೊತ್ತಿಗೇ ಅಂವ ನನ್ನೂ ಕಕೊರ್ಂಡು ಹೋಗ್ಲಕ್ಕಾಗಿತ್ತು..." ಎಂದು ಮೇಲೆ ತೋರಿಸುತ್ತಾ ನಿಟ್ಟುಸಿರಾಗುತ್ತಿದ್ದಳು.

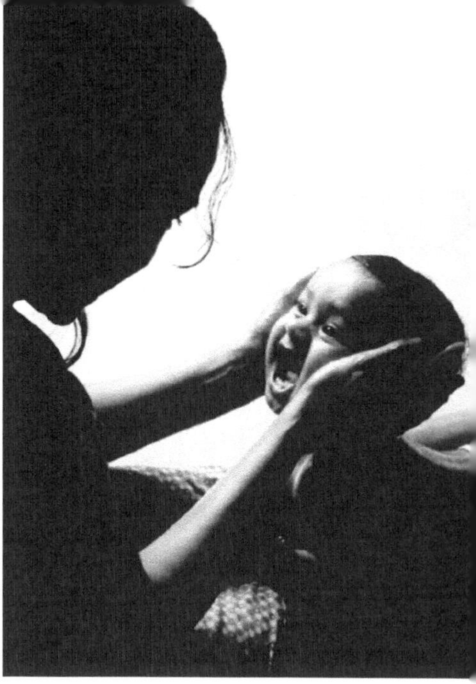

"ಕಡ್ಮೆ ಅಂದ್ರೂ ಈ ಭೂಮಿ ಮೇಲೆ ಇನ್ನೂ ಎಂಟು ಬಾಣಂತನ ಮಾಡದಿದ್ದೇ ನಿಂಗೆ. ಇಷ್ಟೆಲ್ಲಾ ಬೇಗ ಹೋದ್ರೆ ಸ್ವರ್ಗದಲ್ಲಿ ಬೋರ್ ಬಂದುಹೋಗ್ತು ಎಂದರೆ ಕಣ್ಣಂಚು ಒರೆಸಿಕೊಳ್ಳುತ್ತಲೇ, "ಹೌದೇ.. ಅಲ್ಲಿ ದೇವಿಯರು ಬಸಿರಿ–ಬಾಳಂತಿ ಎಲ್ಲಾ ಆಗದಿಲ್ಲೆ ಅಲ್ದಾ?" ಎಂದು ವಿಷಾದದಿಂದ ಕೂಡಲೇ ಹೊರಬರುತ್ತಿದ್ದ ಅಜ್ಜಿಯೊಳಗೊಬ್ಬ 'ಥಿಂಕ್ ಪಾಸಿಟಿವ್' ಮನುಷ್ಯನಿದ್ದಿರಬೇಕು...

ಬಾಳಂತಿ ಪುರಾಣ 11

ನಿದ್ರಾರಹಿತ ರಾತ್ರಿ ಮತ್ತು ಮಲಗಿಸುವ ಪ್ಲ್ಯಾನು

ಜಾಗತಿಕವಾಗಿ ಬಾಳಂತಿಗೆ ಇರುವ ಏಕಮೇವಾದ್ವಿತೀಯ ಸಮಸ್ಯೆ– 'ಮಗು ರಾತ್ರಿ ನಿದ್ರೆ ಮಾಡುವುದಿಲ್ಲ.' ಕೇಳಲೇನೋ ತುಂಬಾ ಮಾಮೂಲಿ ಸಮಸ್ಯೆ, ಆದರೆ ತಿಂದವನಿಗಷ್ಟೇ ಗೊತ್ತು ಕಡುಬಿನ ರುಚಿ! ಆವತ್ತು ನನ್ನ ಮೊದಲ ಮಗ ಸಾರ್ಥಕ ಹುಟ್ಟಿದ ದಿನ. ಸಂಜೆಯಷ್ಟೇ ಹೆರಿಗೆಯಾಗಿ ಸುಸ್ತಾಗಿ ಮಲಗಿದ್ದೆ. ಮಧ್ಯರಾತ್ರಿ ಹನ್ನೆರಡು ಕಳೆದಿತ್ತು. 'ಪಂಯ್ಯೋ..ಓಓಓ..ಓಓಓ' ಎಂದು ಅಲೆಅಲೆಯಾಗಿ ಅಳು ಶುರುವಾಗಿತ್ತು. ಇದಕ್ಕೂ ಮೊದಲ ದಿನದ ರಾತ್ರಿಯವರೆಗೂ ಮನಸೋ ಇಚ್ಛೆ ಸಿನಿಮಾ ನೋಡುತ್ತಾ, ಬೇಕಾದಾಗ ಮಲಗಿ, ಬೇಕಷ್ಟು ಹೊತ್ತಿಗೆ ಎದ್ದು ಬೋಳೆ ಶಂಕರಿಯಂತೆ ಇದ್ದ ಒಬ್ಬ ಮಾಮೂಲಿ ಇಪ್ಪತ್ತನಾಲ್ಕರ ಹೆಣ್ಣು ನಾನು. ಸಡನ್ ಆಗಿ ಅಮ್ಮ ಆಗಿಬಿಟ್ಟಿದ್ದೆ. ನನ್ನೊಳಗೆ ಅಮ್ಮತನವಿನ್ನೂ ಸಂಪೂರ್ಣ ಇಳಿಯದ ಹೊತ್ತಲ್ಲಿ, ಮಧ್ಯರಾತ್ರಿಯಲ್ಲಿ ಶುರುವಾದ ಕಂದನ ಅಳು ಬದುಕಿನ ಹೊಸ ಮಜಲು ತೆರೆಯುತ್ತಿದೆ ಎಂಬುದನ್ನು ಹೇಳುತ್ತಿತ್ತು. ಆದರೆ ಅದ್ಯಾವುದೂ ಅರ್ಥವಾಗದ ಆಯಾಸವೊಂದು ನನ್ನನ್ನು ಕವಿದಿತ್ತು.

ಅತ್ತೆ ಶಿಶುವನ್ನೆತ್ತಿ ಸಮಾಧಾನ ಮಾಡುತ್ತಿದ್ದರು. ಇಷ್ಟು ದಿನ ಮರೆತಿದ್ದ ಲಾಲಿ ಹಾಡೊಂದನ್ನು ಗುನುಗುತ್ತಿದ್ದರು. ಏನು ಮಾಡಿದರೂ ಅಳುವಂತೂ ನಿಲ್ಲುತ್ತಿಲ್ಲ. ಕೊನೆಗೆ ಬೇರೆ ದಾರಿ ಕಾಣದೆ, 'ಹಸ್ವಾತು ಕಾಣ್ತು. ಹಾಲು ಕುಡಿಸು' ಎಂದು ಮಡಿಲಲ್ಲಿಟ್ಟರು. ನನಗೋ ಎದ್ದು ಕೂರಲಾಗದ ಸ್ಥಿತಿ. ಹಾಲು ಕುಡಿಸುವುದೂ ಹೊಸದಾಗಿರುವುದರಿಂದ ಅದು ಮತ್ತೊಂದೇ ಯಜ್ಞ, ಯಾಕಿಷ್ಟು ಅಳುತ್ತಿದ್ದಾನೆ ಎಂಬ ಭಯ ಒಂದೆಡೆ. ಹೀಗೆ ಅಚ್ಚರಿಯ ಮೂಟೆಯೊಂದು ಹುಟ್ಟಿದ ಮೊದಲ ದಿನದ ಖುಷಿಯ ಜೊತೆಗೆ ನಿದ್ರಾರಹಿತ ರಾತ್ರಿಗಳೂ ತೆರೆದುಕೊಂಡಿತು. ಎಲ್ಲರೂ ಹೇಳಿದರು. 'ಮೂರ್ನಾಲ್ಕು

ತಿಂಗಳು ಹೀಗೇ.. ಆಮೇಲೆ ಸರಿಹೋಗುತ್ತದೆ.' ಆರು ತಿಂಗಳೇ ಆಯಿತು. 'ಒಂದು ವರ್ಷ ಆದ್ಮೇಲೆ ಸರಿ ಹೋಗುತ್ತದೆ' ಎಂದರು. ಪ್ರತಿ ದಿನ ಮಲಗುವಾಗಲೂ 2-3 ಗಂಟೆ. ಆಫೀಸಿಂದ ಬರುವ ಯಜಮಾನರಿಗೆ ನಿತ್ಯ ಮನೆಯಲ್ಲಿ ನೈಟ್ ಡ್ಯೂಟಿ. ಅಂತೂ ಒಂದೂವರೆ ವರ್ಷದ ನಂತರ ಸಾರ್ಥಕ ರಾತ್ರಿ ನಿದ್ರೆ ಸರಿಯಾಗಿ ಮಾಡಲು ಶುರುಮಾಡಿದ್ದ.

ಎರಡನೇ ಮಗು ಸಂಪನ್ನ ಹುಟ್ಟಿದ ಮೊದಲ ತಿಂಗಳು ಇದೇ ಸ್ಥಿತಿ. ಭಯವಾಗಿಬಿಟ್ಟಿತ್ತು. ಮತ್ತೆ ನಿದ್ರೆ ಬಿಡಲು ನಾನಂತೂ ಸುತಾರಾಂ ತಯಾರಿರಲಿಲ್ಲ. ಮಗುವಿಗೆ ಮಲಗಲು ಸಹಾಯ ಮಾಡುವ 'ಸೂದಿಂಗ್ ಮ್ಯೂಸಿಕ್' 'ಮೆಲೋಡಿಯಸ್ ರಾಗಾಸ್'ಗಳೆಲ್ಲಾ ಮೊಬೈಲ್ ಸೇರಿದವು. ಮಧ್ಯರಾತ್ರಿ ಎದ್ದಾಗ ಹಾಲು ಕುಡಿಸಿ, ತೊಟ್ಟಿಲು ತೂಗುತ್ತಾ ಇವನ್ನೆಲ್ಲಾ ಪ್ಲೇ ಮಾಡುತ್ತಿದ್ದೆ. ಅದರಿಂದಲೇ ಮಲಗುತ್ತಿದ್ದನೋ ಅಥವಾ ಕಾಕತಾಳೀಯವಾಗಿ ನಿದ್ರೆ ಬರುತ್ತಿತ್ತೋ.. ಅಂತೂ ನಾಲ್ಕೈದು ದಿನ ಈ ಮ್ಯೂಸಿಕ್ ಪ್ಲ್ಯಾನ್ ವರ್ಕ್‌ಔಟ್ ಆಗಿತ್ತು. ಆದರೆ ಅಷ್ಟೆಲ್ಲಾ ಸುಲಭಕ್ಕೆ ಮಲಗಿಬಿಟ್ಟರೆ ಮಗು ಎಂಬ ಗತ್ತು-ಗೈರತ್ತಿನ ಕಥೆ ಏನು? ಮತ್ತೆ ಆರನೇ ದಿನ ಬೆಳಗಿನ ಜಾವ ಮೂರು ಗಂಟೆಗೆ ಅತ್ತೆಯಿಂದ ಲಾಲಿ! ಅವರಂತೂ ಹಗಲಿಡೀ ಅಂಗಡಿಯ ಕೆಲಸ, ಅಡುಗೆ ಎಂದು ಬಿಝಿಯಾಗಿರುತ್ತಿದ್ದರು. ಆಯಾಸವಾದರೂ ಬಾಳಂತಿಗೆ ಕಷ್ಟವಾಗಬಾರದೆಂದು ಮಗು ಎದ್ದ ಕೂಡಲೇ ಅರೆನಿದ್ರೆಯಲ್ಲಿ ಎದ್ದು ಬರುತ್ತಿದ್ದರು. ತೊಟ್ಟಿಲು ತೂಗಿ.. ತೂಗಿ.. ತೂಗಿ... ಎತ್ತಿ, ಓಡಾಡಿಸಿ, ಭುಜಕ್ಕೆ ಹಾಕಿ ತಟ್ಟಿ ಎಲ್ಲಾ ಮುಗಿದು ಸುಸ್ತಾದ ಮೇಲೆ ಗೋಡೆಗೆ ಒರಗಿ ಚಕ್ಕಳಮಕ್ಕಳ ಹಾಕಿ, ಮಡಿಲಲ್ಲಿ ಸಂಪನ್ನನನ್ನು ಇಟ್ಟುಕೊಂಡು ಯೋಗಿನಿಯಂತೆ ಕೂತಲ್ಲೇ ನಿದ್ರೆ ಮಾಡುತ್ತಿದ್ದರು. ಮೊದಲ ಬಾಣಂತನದಲ್ಲಿ ಅಪ್ಪನೂ ಮಧ್ಯರಾತ್ರಿ ಹೀಗೇ ಸಾರ್ಥಕನನ್ನು ಮಡಿಲಲ್ಲಿಟ್ಟು ಯಕ್ಷಗಾನದ ಪದಗಳನ್ನು ಹಾಡುತ್ತಿದ್ದ. ಸಾರ್ಥಕ ಪಿಳಿಪಿಳಿ ನೋಡುತ್ತಾ ಹಾಡನ್ನು ಎಂಜಾಯ್ ಮಾಡಿ, ಕೇಕೆ ಹಾಕುತ್ತಿದ್ದ ಬಿಟ್ಟರೆ ನಿದ್ರಿಸುತ್ತಿರಲಿಲ್ಲ.

ಯಾವುದೇ ಕಾರಣಕ್ಕೂ ಸಂಪನ್ನ ಹೀಗಾಗಬಾರದು ಎಂಬ ಹೋರಾಟದ ಹಾದಿಯಲ್ಲಿ ಸಮಸ್ಯೆಯ ಮೂಲ ಹಿಡಿದು ಹೊರಟೆ. ಹಗಲಿನ ನಿದ್ರೆಯ ವೇಳೆ ಮಲಗುವ ಕೋಣೆ ಸಂಪೂರ್ಣ ಕತ್ತಲು ಮಾಡುವುದು ಬಿಟ್ಟೆ. ಹಗಲಿದು ಎಂಬ ಫೀಲ್ ಇರಲಿ ಎಂದು ಬೇಕೆಂತಲೇ ಕಿಟಕಿಗಳ ತೆರೆದಿಟ್ಟೆ. 'ಮಗುವನ್ನು ಮಲಗಿಸುವುದು ಹೇಗೆ' ಎಂದಿರುವ ವೆಬ್‌ಸೈಟ್ ಗಳೆಲ್ಲಾ ನನ್ನ ದಾಳಿಗೆ ಒಳಗಾದವು. ಹಗಲು ಎದ್ದರೆ ಎಷ್ಟು ಹೊತ್ತು ಎಚ್ಚರವಿರುತ್ತಾನೆ. ರಾತ್ರಿ ಎದ್ದರೆ ಯಾವಾಗ ನಿದ್ರೆ ಬರುತ್ತದೆ ಎಂದು ಗಮನಿಸುತ್ತಾ ನಿದ್ರೆಯ ಪ್ಯಾಟರ್ನ್ ಅಧ್ಯಯನ ಶುರುವಾಯಿತು. ಪಿಎಚ್‌ಡಿ ಒಂದಷ್ಟೇ ಬಾಕಿ! ಇನ್ನಷ್ಟು ಮ್ಯೂಸಿಕ್ ಮೊಬೈಲ್ ಸೇರಿತು. ಎಲ್ಲರಿಂದ ಬೈಸಿಕೊಳ್ಳುತ್ತಾ ಇನ್ನೂ

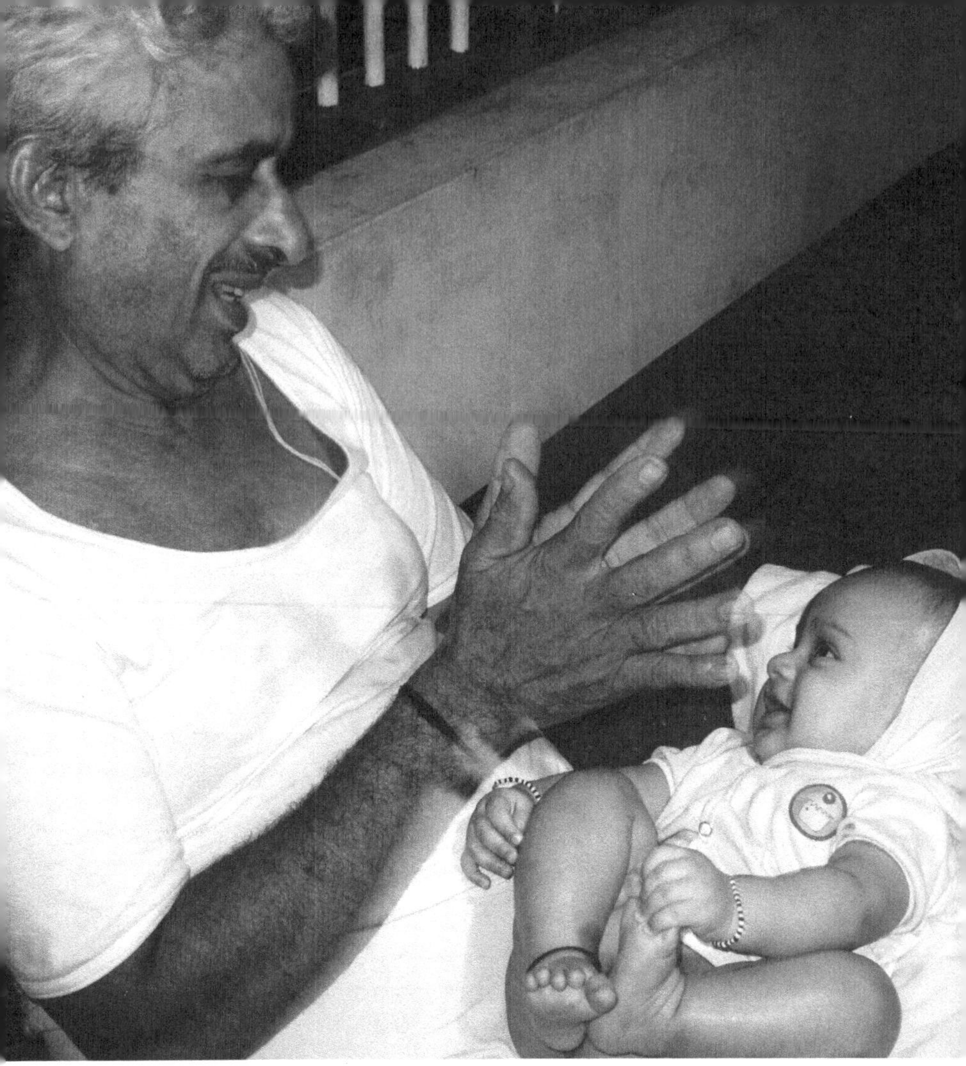

ಒಂದು ಮಹಾನ್ ಕಾರ್ಯ ಮಾಡಿದೆ. ಮಗುವನ್ನು ಹೆಚ್ಚು ಹೊತ್ತು ಎತ್ತಿಕೊಳ್ಳಲು ಯಾರಿಗೂ ಬಿಡಲಿಲ್ಲ. ಎಣ್ಣೆ ಹಚ್ಚಿ ಸ್ನಾನ ಮಾಡಿಸುವಾಗ, ಹಾಲು ಕುಡಿಸುವಾಗ ಮತ್ತು ತೀರಾ ರಚ್ಚೆ ಹಿಡಿದು ಅತ್ತರೆ, ಹೀಗೆ ಕೆಲವೇ ಅನಿವಾರ್ಯ ಸಂದರ್ಭಗಳಲ್ಲಷ್ಟೇ ಮಗುವನ್ನು ಎತ್ತಬೇಕು. ಮಲಗಿದ್ದರೆ ತೊಟ್ಟಿಲು, ಎಚ್ಚರವಿದ್ದರೆ ಹಾಡುತ್ತಾ, ಮಾತನಾಡಿಸುತ್ತಾ, ಆಡಿಸುತ್ತಾ ಹಾಸಿಗೆಯಲ್ಲಿ ಮಲಗಿಯೇ ಇರಬೇಕು. ಸಣ್ಣಪುಟ್ಟ ಅಳುವಿಗೆ ಎತ್ತಿಕೊಳ್ಳಬಾರದು, ಏನೇ ಇದ್ದರೂ ಮಲಗಿರುವಲ್ಲೇ ಸಮಾಧಾನ ಮಾಡಬೇಕು ಎಂದು ರೂಲ್ಸ್ ಮಾಡಿದೆ. ಆಶ್ಚರ್ಯಕರ ರೀತಿಯಲ್ಲಿ ಎರಡನೇ ತಿಂಗಳಿಂದ ಅವನ ನಿದ್ರೆಯಲ್ಲಿ ಸಿಕ್ಕಾಪಟ್ಟೆ ಸುಧಾರಣೆ ಕಾಣಿಸಿತು. 'ನೀ ಹೇಳದು

ಸರಿ ಇದ್ದೇ. ಬೇರೆಯವರ ಮೈ ಕಾವು ಮಕ್ಳಿಗೆ ಜಾಸ್ತಿ ತಾಗಲಾಗ' ಎಂದು ಅಜ್ಜಿಯೂ ಸಾಥ್ ನೀಡಿದಳು. ಆರೇಳು ಚಮಚದಷ್ಟು ಹಾಲಿಗೆ ಸ್ವಲ್ಪ ಅಂದ್ರೆ ಎರಡೇ ಹನಿಯಷ್ಟು ಜಾಯಿಕಾಯಿ ತೇಯ್ದು ಹಾಕಿ ಕುಡಿಸಿದ್ರೆ ಶಿಶು ಚೆನ್ನಾಗಿ ನಿದ್ರೆ ಮಾಡುತ್ತದೆ. ಜೊತೆಗೆ ನೆಗಡಿಗೂ ಒಳ್ಳೆಯದು ಎಂದು ಹಾಲು ಮಾಡಿಯೂ ಕುಡಿಸುತ್ತಿದ್ದಳು ಅಜ್ಜಿ.

ಈ ಮೈಶಾಖ ಹಗಲಿಡೀ ತಾಕುತ್ತಿದ್ದರೆ ರಾತ್ರಿಯೂ ಶಿಶು ಅದನ್ನೇ ಬಯಸುತ್ತದೆ. ಹಾಗಾಗಿ ಹಾಲು ಕುಡಿಸಿ ಹಾಸಿಗೆಯಲ್ಲಿ ಮಲಗಿಸುತ್ತಲೇ ಮತ್ತೆ ಎದ್ದಿರುತ್ತವೆ. ಸಾರ್ಥಕನಿಗಾಗುತ್ತಿದ್ದುದೂ ಅದೇ ಎಂದು ಈಗ ಹೊಳೆದಿತ್ತು. ಅಪ್ಪ ಹಗಲಿಡೀ ಎಚ್ಚರವಿರುವಷ್ಟೂ ಹೊತ್ತೂ ತೊಡೆಯ ಮೇಲಿಟ್ಟುಕೊಂಡು ಪದ ಹಾಡುತ್ತಿದ್ದರೆ, ಏಕಚಿತ್ತದಲ್ಲಿ ಅಜ್ಜನನ್ನೇ ನೋಡುತ್ತಾ, ಕೈ ತಿರುಗಿಸುತ್ತಾ ಹಾಯಾಗಿರುತ್ತಿದ್ದ. ರಾತ್ರಿ ಮತ್ತೆ ಅದನ್ನೇ ಬಯಸಿದರೆ ಅವನ ತಪ್ಪೇನು?

ಏನೇ ಆದರೂ ನಿದ್ರೆ ಮಾಡದ ಮಗುವಿಂದ ನಾವು ಬಾಳಂತಿಯರು ಬಹಳವೇ ಯಾತನೆ ಅನುಭವಿಸುತ್ತೇವೆ. ದೇಹ ಈಗಷ್ಟೇ ಇನ್ನಿಲ್ಲದ ನೋವುಂಡಿರುತ್ತದೆ, ಹಾರ್ಮೋನ್ ಏರುಪೇರುಗಳು ನಡೆಯುತ್ತಿರುತ್ತವೆ. ಅದು ಮನಸ್ಸಿನ ಮೇಲೂ ಪರಿಣಾಮ ಉಂಟುಮಾಡುವ ಹೊತ್ತಲ್ಲಿ ನಿದ್ರೆ ಬಹಳ ಮುಖ್ಯ. ಸುಸ್ತಿನ ಪರಮೋಚ್ಚ ಸ್ಥಿತಿಯಲ್ಲಿ ನಿದ್ರಿಸುತ್ತಿರುವಾಗ ಮಧ್ಯರಾತ್ರಿ ಏಳುವ ಮಗುವಿಗೆ ಹಾಲು ಕುಡಿಸುವುದು ಒಂಚೂರೂ ಸುಲಭವಲ್ಲ. ನೋಯುತ್ತಿರುವ ಸೊಂಟ-ಬೆನ್ನು ಹಿಡಿದು ಎದ್ದು ಕೂರುವ ತ್ರಾಸು ಮಾತ್ರ ಸಹಿಸಲಸಾಧ್ಯ. ಇಂಥಾ ಹೊತ್ತಲ್ಲಿ ಮಗುವಿನ ನಿಲ್ಲದ ಅಳುವನ್ನು ಕೇಳಿ ತಾವೂ ಅಳುವ ಬಾಳಂತಿಯರ ಲೆಕ್ಕವನ್ನು ಯಾರೂ ಇಟ್ಟಿರಲಾರರು.

ಅದಕ್ಕೇ ಅಜ್ಜಿ ಹೇಳುತ್ತಿದ್ದಳು. 'ಪಾಪು ರಾತ್ರಿ ನಿದ್ರೆ ಕೊಡದಿಲ್ಲೆ. ಹಗಲು ಮಲಗು..' ಆದರೆ ಈ ಬಾಣಂತನದ ಹಗಲು ನಿದ್ರೆ ಪರಮ ಸುಖ ಹೆಚ್ಚಾದಾಗಿನ ವೈರಾಗ್ಯದಂತೆ. ಮಗು ಮಲಗಿದ ಹಗಲಿನ ಹೊತ್ತು ನಮಗೆ ನಿದ್ರೆ ಬರುವುದಿಲ್ಲ. ನಾವು ಮಲಗಬೇಕೆಂದುಕೊಂಡಾಗ ಮಗು ಬಿಡುವುದಿಲ್ಲ. ಅಜ್ಜಿಯ ಬಾಣಂತನದಲ್ಲಿ ಊಟ, ತಿಂಡಿ ಆದ ಮೇಲಂತೂ ಅತ್ತಿಂದಿತ್ತ ಓಡಾಡದೆ ಕಡ್ಡಾಯವಾಗಿ ಮಲಗಲೇಬೇಕಾಗಿತ್ತು. 'ನೀನು ಈಗ ಮಲಗಿ ಬೆನ್ನು-ಸೊಂಟ ನೋವೆಲ್ಲ ಸರಿ ಮಾಡ್ಕಂಡ್ರೆ ಆಮೇಲೆ ದೇಹ ಗಟ್ಟಿ ಇರ್ತು...' ಎಂಬ ಅಜ್ಜಿ ಮಾತು ಸುಳ್ಳಲ್ಲ ಎನಿಸುವುದು ಬಾಣಂತನ ಮುಗಿದು ಒಬ್ಬಳೇ ಎಲ್ಲವನ್ನೂ ನಿಭಾಯಿಸುವಾಗಷ್ಟೆ. ಮನೆಕೆಲಸ ಅಷ್ಟೂ ಮುಗಿಸಿ, ಸೊಂಟದಲ್ಲೊಂದು ಚಳುಕು ಬಂದು, ಸ್ವಲ್ಪ ಮಲಗೋಣ ಎಂದುಕೊಂಡಾಗಲೇ ಪಾಪು ಏಳುವಾಗ, ಬಾಣಂತನ ಈಗ ಆಗಬಾರದಿತ್ತಾ ಎನಿಸುತ್ತದೆ... ಎಲ್ಲಾ ಅಮ್ಮಂದಿರಂತೆ!

ಎದೆಹಾಲೆಂಬ ಫಾಸ್ಟ್ ಫುಡ್

'ಹಾಲು ಆಯ್ದು ಅಲ್ದಾ? ಶಿಶುವಿಗೆ ಸಾಕಾಗ್ತಾ ಇದ್ದಲ್ದಾ ಮತ್ತೆ?' ಮಗು ಹುಟ್ಟಿ ಐದಾರು ದಿನ ಕಳೆಯುತ್ತಿದ್ದಂತೆ ಅಜ್ಜಿ ಹೀಗೆ ಪದೇ ಪದೇ ಕೇಳುತ್ತಿದ್ದಳು. ಆರಂಭದ ದಿನಗಳಲ್ಲಿ ಶಿಶುವಿಗೆ ಹೊಟ್ಟೆ ತುಂಬುವ ಮಟ್ಟಿಗೆ ಎದೆಹಾಲು ಇದ್ದರೆ ಅರ್ಧ ಸಮಸ್ಯೆ ಕಳೆದಂತೆ. ಹಾಗಾಗಿಯೇ ಅಜ್ಜಿ ಹಾಲು ಬೇಕಷ್ಟು ಇದೆಯೇ ಎಂದು ವಿಚಾರಿಸಿದ್ದು. ಇಲ್ಲದೆ ಇದ್ದರೆ ಹಾಲು ಹೆಚ್ಚಿಸಲು ಹೇಗೆ ಲ್ಯಾಕ್ಟೇಶನ್ ಸ್ಪೆಶಲಿಸ್ಟ್ ಇರುತ್ತಾರೋ ಹಾಗೇ ನಮ್ಮ ಊರ ಕಡೆ ಬಾಣಂತನದಲ್ಲಿ ಅಜ್ಜಿಯೇ ಸ್ಪೆಶಲಿಸ್ಟ್ ಆಗುತ್ತಾಳೆ! ಕಾಲಕಾಲಕ್ಕೆ ಗೈನಕಾಲಜಿಸ್ಟ್ ಪ್ಲಸ್ ಪೀಡಿಯಾಟ್ರೀಶನ್ ಕೂಡಾ ಅವಳೇ!

ಮೊದಲ ಮಗ ಸಾರ್ಥಕ ಹುಟ್ಟಿದಾಗ ನಾಲ್ಕೈದು ದಿನ ಈ ಹಾಲೂಡಿಸುವ ಕೆಲಸವೇ ಗೋಳು ಎನಿಸಿತ್ತು. ಮಗುವಿಗೆ ಚೀಪುವುದು ಹೇಗೆಂದು ಗೊತ್ತಿಲ್ಲ. ನನಗೆ ಸರಿಯಾದ ಪೊಸಿಶನ್‌ನಲ್ಲಿ ಎಳೇ ಶಿಶುವನ್ನು ಹಿಡಿದುಕೊಂಡು ಕುಡಿಸುವುದು ಗೊತ್ತಿಲ್ಲ. ದೇಹದ ಎಲ್ಲಾ ತ್ರಾಸುಗಳ ನಡುವೆ ಮೊಲೆಯುಣಿಸುವ ವಿದ್ಯೆ ಕಲಿಯಲು ಸಾಧ್ಯವಾಗುವುದು ಜೊತೆಗಿದ್ದವರ ಸಹಾಯದಿಂದಷ್ಟೇ ಎನ್ನುವುದು ಗೊತ್ತಾಗಿದ್ದು ಮೊದಲ ಬಾಣಂತನದಲ್ಲಿ.

ಈ ಬಾರಿ ಎರಡನೇ ಮಗುವಾದ ಕಾರಣ ಎದೆಹಾಲೂ ಬೇಗನೆ ಆಗಿತ್ತು ಮತ್ತು ಮೊದಲ ಸಲದಂತೆ ಹಾಲು ಕುಡಿಸುವ ಪ್ರಕ್ರಿಯೆ ಕಲಿಯುವ ಹೆಣಗಾಟಗಳಿರಲಿಲ್ಲ. ಆದರೆ ಬೇರೆಯದ್ದೇ ಸಮಸ್ಯೆ ವಿಪರೀತ ಯಾತನೆಯಾಗುವಂತೆ ಮಾಡಿತ್ತು. ಮೊಲೆತೊಟ್ಟಿನ ಸುತ್ತ ಪದೇ ಪದೇ ಬಿರುಕಾಗುತ್ತಿತ್ತು. ಗಂಟೆಗೊಮ್ಮೆ ಶಿಶು ಅಲ್ಲೇ ಚೀಪುವುದರಿಂದ ಆ ಬಿರುಕು ಇನ್ನಷ್ಟು ಒಡೆದು ಗಾಯವಾಗಿಬಿಟ್ಟಿತ್ತು. ಕೆಲವೊಮ್ಮೆ ರಕ್ತವೂ ಬರುತ್ತಿತ್ತು. ಶಿಶು ಹಾಲು ಕುಡಿಯಲು ಬಾಯಿಹಾಕುತ್ತಿದೆ ಎಂದರೆ ಜೀವ ನಿಂತುಹೋದಷ್ಟು ನೋವು. ಬೆಣ್ಣೆ ಹಚ್ಚಿದರೆ ಕಡಿಮೆಯಾಗುತ್ತದೆ ಎಂದು ಅಜ್ಜಿ ಹೇಳಿದಳು. ಮಾಮೂಲಿಗಿಂತ ಸ್ವಲ್ಪ ಜಾಸ್ತಿಯೇ

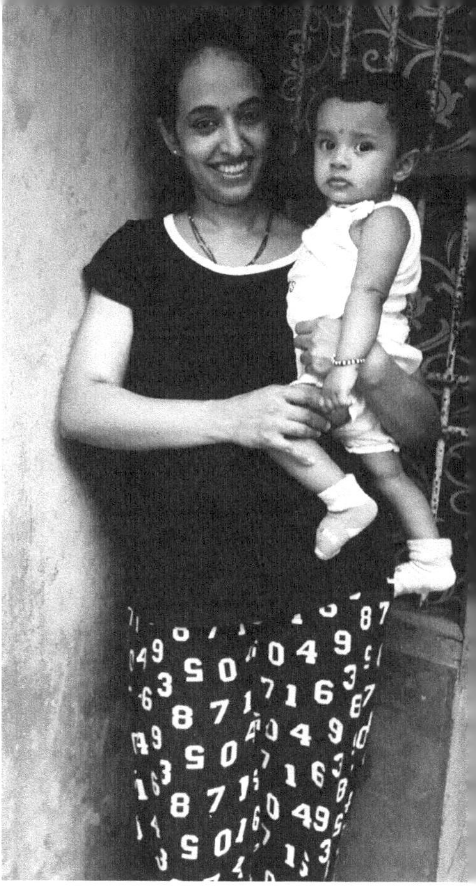

ಗಾಯವಿದ್ದ ಕಾರಣ ಬೆಣ್ಣೆಯಿಂದ ಹೆಚ್ಚೇನೂ ಪ್ರಯೋಜನವಾಗಲಿಲ್ಲ. ಕೊನೆಗೆ 'ನಿಪ್ಪಲ್ ಶೀಲ್ಡ್' ಬಳಸಲು ಡಾಕ್ಟರ್ ಹೇಳಿದರು. ಆದರೆ ಅದನ್ನು ಕವಚದಂತೆ ಮೊಲೆತೊಟ್ಟಿಗೆ ಕವರ್ ಮಾಡಿಕೊಂಡರೆ ಈ ಪಿಲ್ಟಾರಿ ಪೋರ ಅಳುತ್ತಾ ಬೊಬ್ಬಿಡುತ್ತಿದ್ದ ಬಿಟ್ಟರೆ ಅದರಿಂದ ಹಾಲು ಕುಡಿಯಲು ಸುತಾರಾಂ ಒಪ್ಪುತ್ತಿರಲಿಲ್ಲ. ಕೊನೆಗೆ ಡಾಕ್ಟರ್ ಹೇಳಿದ 'ಲೋಶನ್' ಮೊರೆ ಹೋದೆ. ಪ್ರತಿ ಬಾರಿ ಹಾಲು ಕುಡಿಸುವ ಮುನ್ನ ಹಚ್ಚಿದ ಲೋಶನ್ ಒದ್ದೆ ಬಟ್ಟೆಯಲ್ಲಿ ಒರೆಸಿಕೊಳ್ಳುವುದು, ಶಿಶು ಹಾಲು ಕುಡಿದ ಮೇಲೆ ಮತ್ತೆ ಹಚ್ಚಿಕೊಳ್ಳುವುದು ಮಾಡುತ್ತಾ ಗಾಯ ವಾಸಿಯಾಗಲು ವಾರವೇ ಹಿಡಿಯಿತು. ಅವಳಿ ಜವಳಿ ಹೆತ್ತ ಅಮ್ಮಂದಿರ ಪಾಡಂತೂ ಇನ್ನೂ ಕಷ್ಟ. ಎರಡೂ ಮಕ್ಕಳಿಗೆ ಮೇಲಿಂದ ಮೇಲೆ ಹಾಲೂಡಿಸುತ್ತಲೇ ಇರಬೇಕಾದ್ದರಿಂದ ನಿಪ್ಪಲ್ ಶೀಲ್ಡ್, ಕ್ರೀಮ್ ಎಲ್ಲವೂ ಜೊತೆಗಿರಲೇಬೇಕು.

ಅಜ್ಜಿಗಂತೂ ಸಿಕ್ಕಾಪಟ್ಟೆ ಟೆನ್ಷನ್ ಆಗಿತ್ತು. ಯಾಕೆಂದರೆ ಅವಳು ತನ್ನ ಹತ್ತಿರದ ಸಂಬಂಧಿಯೊಬ್ಬರ ಬಾಣಂತನದಲ್ಲಿ ಮೊಲೆಬಾವಿನ ಸಮಸ್ಯೆ ಕಂಡಿದ್ದಳು. ನನ್ನದು ಆ ಸಮಸ್ಯೆ ಅಲ್ಲ ಎಂದು ಗೊತ್ತಾದ ಮೇಲೆ ಸಮಾಧಾನಗೊಂಡಿದ್ದಳು. 'ಅವಳಿಗೆ ಒಂದು ಕಡೆ ಮೊಲೆ ಗಟ್ಟಿಯಾಗಿ, ಮುಟ್ಟಿದರೆ ವಿಪರೀತ ನೋವು. ನೋಡಿದ್ರೆ ಮೊಲೆ ಒಳಗಡೆ ಕೀವೂ ಆಗಿಹೋಗಿತ್ತು..' ಎಂದು ಅಜ್ಜಿ ಆ ಬಾಳಂತಿಯ ವಿವರ ಕೊಟ್ಟಳು. ಆಮೇಲೆ ಡಾಕ್ಟರ್ ಬಳಿಯೇ ಕೀವು ತೆಗೆಸಿಕೊಂಡು ಬರುತ್ತಿದ್ದಳಂತೆ. ಸಾಮಾನ್ಯವಾಗಿ ವಿಪರೀತ ಹಾಲು ಇರುವವರಲ್ಲಿಯೂ ಹೀಗಾಗುತ್ತದೆ. ಅಥವಾ ಹಾಲು ಹೊರಬರುವ ನಾಳಗಳಲ್ಲಿ ಬ್ಲಾಕ್ ಇದ್ದರೂ ಹೀಗಾಗಬಹುದು. ಮೊದಲ ಒಂದು ತಿಂಗಳಲ್ಲಿ ಹೆಚ್ಚು ಹಾಲಿದ್ದರೆ ಅದನ್ನು ಹಿಂಡಿ ತೆಗೆಯಬೇಕು ಎನ್ನುವುದು ಇಂತಹ ಕಾರಣಗಳಿಗೇ. ಮಗುವಿಗೆ ಹೆಚ್ಚು ಹಾಲು ಕುಡಿಯುವ ಸಾಮರ್ಥ್ಯ ಬಂದ ನಂತರ ಈ ಸಮಸ್ಯೆ ಇರುವುದಿಲ್ಲ. ಹೆಚ್ಚು ಹಾಲು ತುಂಬಿಕೊಳ್ಳುವ ಬಾಳಂತಿಯರಿಗೆ ಅದು ಸೋರುವುದರಿಂದಲೂ ಮುಜುಗರವಾಗುತ್ತದೆ.

ಹಾಲು ಹೆಚ್ಚಿರುವುದಕ್ಕಿಂತ ಕಡಿಮೆ ಇರುವುದೇ ದೊಡ್ಡ ಸಮಸ್ಯೆ. ಜಗತ್ತಿನ ದಿ ಬೆಸ್ಟ್ 'ಫಾಸ್ಟ್ ಫುಡ್' ಆಗಿರುವ ಎದೆಹಾಲು ಇದ್ದರೆ, ಎಲ್ಲೇ ಹೋದರೂ ಶಿಶುವಿಗೆ ಏನು ಕೊಡಲಿ ಎಂಬ ಚಿಂತೆ ಇರುವುದಿಲ್ಲ. ಹಾಲಾಗಲಿ ಎಂದೇ ಅಜ್ಜಿ ಕೆಲವೊಂದು ಔಷಧಗಳನ್ನು ಕೊಡುತ್ತಿದ್ದಳು. ಸಾಮಾನ್ಯವಾಗಿ ಜೀರಿಗೆ ಔಷಧಗಳನ್ನು ಬಾಣಂತನದಲ್ಲಿ ಕೊಡುವುದೇ ಹಾಲು ಹೆಚ್ಚಿಸುವ ಉದ್ದೇಶಕ್ಕೆ. ಔಷಧಗಳನ್ನು ಕುಡಿಯುವ ವಿಚಾರದಲ್ಲಿ ನನ್ನ ಬಗ್ಗೆ ತಕರಾರಿಲ್ಲದ ಅಜ್ಜಿಗೆ ಕೊಂಚ ಅಸಹನೆ ಇದ್ದದ್ದು 'ಬ್ರೇಸಿಯರ್' ತೊಡುವುದರ ಬಗ್ಗೆ. ಮೊಲೆತೊಟ್ಟಿನ ಸುತ್ತ ಗಾಯವಾದಾಗ "ಅದನ್ನೆಲ್ಲಾ ಹಾಕ್ಕಂಡ್ರೇ ನೋಡು 'ಜಗ್ಗಿಸದಕ್ಕೆ' ಸಮಸ್ಯೆ" ಎನ್ನುತ್ತಿದ್ದಳು. (ಈ 'ಜಗ್ಗಿಸುವುದು' ಎಂಬ ಶಬ್ದ ಮೊಲೆ ಹಾಲೂಡಿಸುವುದಕ್ಕೇ ವಿಶೇಷವಾಗಿ ಅಜ್ಜಿ ಬಳಸುತ್ತಿದ್ದ ಹವ್ಯಕ ಶಬ್ದ.) ಬಹುತೇಕ ಹಳಬರು ಬಾಳಂತಿಗೆ ಬ್ರೇಸಿಯರ್ ಹಾಕಲು ಬಿಡುವುದಿಲ್ಲ. ಹಾಲಿನ ಉತ್ಪತ್ತಿ ಸರಿಯಾಗಿ ಆಗುವುದಿಲ್ಲ ಎನ್ನುತ್ತಾರೆ. ಅಜ್ಜಿ ಒಂದೆರಡು ಬಾರಿ ಹೇಳಿ ನೋಡಿದಳು. ಯಾಕಾಗಿ ತೊಡಬೇಕು ಎಂದು ನಾನು ವಿವರಣೆ ಕೊಟ್ಟ ಮೇಲೆ ಸುಮ್ಮನಾದಳು. ಮಗುವಿಗೆ ಹಾಲೂಡಿಸಲು ದೇಹ ತಯಾರಾಗುವ ಪ್ರಕ್ರಿಯೆಯಿಂದಾಗಿಯೇ ಗರ್ಭಿಣಿಯಿರುವಾಗ ಸ್ತನದ ಗಾತ್ರ ಹಿರಿದಾಗುತ್ತದೆ. ಸ್ತನದ ರಚನೆಗೆ ಆಧಾರವಾಗುವ ಕೆಲ ಅಂಗಾಂಶಗಳು ಭಾರದಿಂದಾಗಿ ಕೆಳಮುಖವಾಗಿ ಜೋಲುತ್ತವೆ. ಆದರೆ ಈ ಅಂಗಾಂಶಗಳು ಸುಮ್ಮಗೇ ಇನ್ನಷ್ಟು ಹಿಗ್ಗುವುದನ್ನು ಸರಿಯಾದ ಬ್ರೇಸಿಯರ್ ಪರಿಣಾಮಕಾರಿಯಾಗಿ ತಡೆಯುತ್ತದೆ. ಪದೇ ಪದೇ ಹಾಲೂಡಿಸಬೇಕೆಂದು ಬಹಳಷ್ಟು ಬಾಳಂತಿಯರು ಕೂಡಾ ಸೋಮಾರಿತನದಿಂದ ಬ್ರೇಸಿಯರ್ ತೊಡುವುದಿಲ್ಲ. ಇದರಿಂದ ಮಗುವಿಗೆ ಹಾಲು ಕುಡಿಸುವುದು ನಿಂತ ಮೇಲೂ ಸ್ತನಗಳು ಕಿರಿದಾಗದೆ, ಜೋಲುವ ಸಾಧ್ಯತೆ ಹೆಚ್ಚು.

ಆಗಾಗ ನನಗೆ ಪುಸ್ತಕಗಳನ್ನು ಕೊಡುವ ಅಮ್ಮ, ಮೊದಲ ಗರ್ಭಿಣಿಯಲ್ಲಿ ಕೆ.ಸರೋಜ ಅವರು ಬರೆದ 'ತಾಯಿಹಾಲು' ಮತ್ತು ಡಾ.ಅನುಪಮಾ ನಿರಂಜನರ 'ತಾಯಿ–ಮಗು' ಪುಸ್ತಕ ಕೊಟ್ಟಿದ್ದಳು. ಕನ್ನಡ ಓದಲು ಬರುವ, ಗರ್ಭಿಣಿ ಮಹಿಳೆಯರೆಲ್ಲ ಖರೀದಿಸಿ ಇಟ್ಟುಕೊಳ್ಳಬೇಕಾದ ಪುಸ್ತಕಗಳಿವು. 1992ರಲ್ಲಿ ಮುದ್ರಣ ಕಂಡ ಸುದೀರ್ಘ ಹತ್ತು ವರ್ಷಗಳ ಸಂಶೋಧನೆ ಮಾಡಿ ಬರೆದ 'ತಾಯಿಹಾಲು' ಪುಸ್ತಕದಲ್ಲಿ ಆಗಲೇ ಕೆ.ಸರೋಜ ಅವರು 'ನರ್ಸಿಂಗ್ ಬ್ರಾ'ಗಳು ವಿದೇಶದಲ್ಲಿ ಬಹಳ ಪ್ರಸಿದ್ಧ ಎಂದಿರುವುದರ ಜೊತೆಗೆ, ನಮ್ಮ ಮಾರುಕಟ್ಟೆಯಲ್ಲೂ ಇದು ಬಂದರೆ ಉತ್ತಮ ಎಂದಿದ್ದರು. ಈಗಂತೂ ಇವು ನಮ್ಮಲ್ಲೂ ಎಲ್ಲೆಡೆ ಲಭ್ಯ.

ಮೂರು ತಿಂಗಳು ಪುಸ್ತಕ ಓದಲು ಅವಕಾಶವಿರದಿದ್ದರೂ ನಾನು ಕದ್ದುಮುಚ್ಚಿ ಓದಿದ್ದೆ. ಆ ಅವಧಿ ಮುಗಿಯುತ್ತಿದ್ದಂತೆ ರಾಜಾರೋಷವಾಗಿ ಪುಸ್ತಕ ಹಿಡಿಯಲು ಪರಮಾದ್ಭುತ ಸಮಯ ಎಂದರೆ ಶಿಶುವಿಗೆ ಹಾಲೂಡಿಸುವ ಹೊತ್ತು. ಒಂದು ಕೈಯಲ್ಲಿ

ಮಗು, ಮತ್ತೊಂದರಲ್ಲಿ ಪುಸ್ತಕ. ಸಾರ್ಥಕ ಹುಟ್ಟುವಾಗ ಈ ಉಪಾಯ ಫ್ಲ್ಯಾಶ್ ಆಗಿದ್ದೇ ಇಲ್ಲವಲ್ಲ ಎಂದು ಈಗಲೂ ಅಂದುಕೊಳ್ಳುತ್ತೇನೆ.

"ಯಾವಾಗ ಮೂರು ತಿಂಗ್ಳು ಕಳೀತು ಅಂತ ಕಾಯ್ತಿದ್ದೆ ಅಲ್ದಾ?" ಎಂದು ಪುಸ್ತಕ ಹಿಡಿದ ನನ್ನನ್ನು ನೋಡಿ ಅಜ್ಜಿ ಹೇಳುತ್ತಿದ್ದಳು. "ಆದ್ರೆ ಮಗು ಮೂಗು ಹುಶಾರು. ಓದ್ತಿ ಹೇಳ್ಕ್ಯಂಡು ಒಂದಕ್ಕೆ ಹೋಗಿ ಮೂರಾಗ್ಲಾಗ ಆಮೇಲೆ.." ಹಾಲೂಡಿಸುವಾಗ ಮಗುವಿನ ಮೂಗು ಮೊಲೆಗೆ ಒತ್ತುವ ಕಾರಣ ಉಸಿರು ಕಟ್ಟುವ ಸಾಧ್ಯತೆ ಇರುತ್ತದೆ. ಅದನ್ನು ಗಮನಿಸುತ್ತಿದ್ದರಾಯಿತು. ಯಾವುದೇ ತೊಂದರೆ ಇಲ್ಲ ಎಂದಾಗಿ, ಎಲ್ಲವೂ ರೂಢಿಯಾಗಿಬಿಟ್ಟರೆ ಹಾಲು ಕುಡಿಸುವುದೇ ಆನಂದ. ಮಗುವಿಗೆ ಎದೆಹಾಲಿನಷ್ಟು ದಿವ್ಯವೌಷಧವಂತೂ ಇನ್ನೊಂದಿಲ್ಲ. ಆ ಕಂದ ಪುಚುಪುಚು ಸದ್ದು ಹೊರಡಿಸಿ 'ಅಮ್ಮಾ.. ನಿನ್ನ ಹಾಲೆಷ್ಟು ರುಚಿ' ಎಂದು ಊರಿಗಿಡೀ ಸಾರುವಂತೆ ಚಪ್ಪರಿಸುವಾಗ 'ವರ್ಲ್ಡ್ ಮಾಸ್ಟರ್ ಶೆಫ್' ವಿನ್ನರ್ ಟ್ರೋಫಿ ಹಿಡಿದ ಅನುಭವ!

ಬಾಳಂತಿ ಪುರಾಣ **13**

ಎಣ್ಣೆ ಸ್ನಾನ- ಕೊಳ್ಳಿ ಕುಟುಕ

'ಅಂತೂ ಬಾಣಂತನ ಮಾಡಿ ಗೆದ್ದು ಹೊಡ್ದೆ ಬಿಡು..' ಮೂರು ತಿಂಗಳ ಬಾಣಂತನವನ್ನು ಯಶಸ್ವಿಯಾಗಿ ಮುಗಿಸಿದವರಿಗಷ್ಟೇ ಸಿಗುವ ಶಹಭಾಸ್‌ಗಿರಿ ಇದು. ಮನೆಯ ನಿತ್ಯ ಕಾರ್ಯಗಳ ಜೊತೆ ಬಾಳಂತಿ-ಪಾಪು ಕೆಲಸ ಮಾಡುವುದು ಮಗು ಸಾಕಿದಷ್ಟೇ ತಾಳ್ಮೆ-ನೈಪುಣ್ಯ ಬಯಸುವ ವಿಚಾರ. ಖಂಡಿತ ಸುಲಭಕ್ಕೆ ಸಿದ್ಧಿಸುವಂಥದ್ದಲ್ಲ. ಮನೆಮಂದಿಗೆ ತಿಂಡಿ ಒಂದು ಗಂಟೆ ತಡವಾಗಿ ಕೊಟ್ಟರೂ ನಡೆಯುತ್ತದೆ. ಆದರೆ ಬಾಳಂತಿ-ಶಿಶು ಕೆಲಸಗಳು ಸಮಯಕ್ಕೆ ಸರಿಯಾಗಿ ಆಗಬೇಕು ಎಂಬುದು ಬಾಣಂತನದ ಅಲಿಖಿತ ನಿಯಮ. ಅದಕ್ಕೇ ಹೇಳುತ್ತಾರೆ- 'ಬಾಣಂತನ ಮಾಡುವವರ ಕೈಕಾಲು ಗಟ್ಟಿ ಇರಬೇಕು..'

ನನ್ನಜ್ಜಿ ಗೌರಮ್ಮನಿಗಿಂತೂ ಬೈ ಡಿಫಾಲ್ಟ್ ಸಮಯಪಾಲನೆ ರಕ್ತದಲ್ಲಿ ಬಂದಿದೆ. ಸಾಮಾನ್ಯವಾಗಿ ಬೆಳಿಗ್ಗೆ ಆರೂವರೆಗೆ ಸಂಪನ್ನ ಎದ್ದಿರುತ್ತಿದ್ದ. ನಾನು ಗರ್ಭಿಣಿ ಇದ್ದಾಗ ಸಾರ್ಥಕನನ್ನು ಶಾಲೆಗೆ ಕಳಿಸುವುದಕ್ಕಾಗಿ ಅಷ್ಟು ಹೊತ್ತಿಗೇ ಏಳುತ್ತಿದ್ದೆ. ಅದೇ ಸಂಪನ್ನನಿಗೂ ರೂಢಿ ಆಗಿದೆ ಎಂಬುದು ನನ್ನ ಬಲವಾದ ನಂಬುಗೆ. ಹಾಗೆ ಎದ್ದ ಕೂಡಲೇ ನಾನು ಹಾಲೂಡಿಸುತ್ತಿದ್ದೆ. ಇಲ್ಲವೆಂದರೆ ಪಾಪುವಿಗೆ ಬೆಳಗ್ಗಿನ ಖಾಲಿ ಹೊಟ್ಟೆಯಲ್ಲಿ ಕುಡಿಸುವ ಔಷಧಿಗಳಿದ್ದರೆ, ಅಜ್ಜಿ ಅದನ್ನೇ ಕುಡಿಸುತ್ತಿದ್ದಳು. ಬರೀ ಹಾಲನ್ನಷ್ಟೇ ಕುಡಿಯುವ ಮಕ್ಕಳಿಗೆ ಕಫ ಆಗುತ್ತದೆ. ಅಂಥಾ ಕಫ ತೆಗೆಯಲು ಅಜ್ಜಿ ಬೆಳಗ್ಗಿನ ಹೊತ್ತು 'ಕಟ್ಟಾ' ಹೊಯ್ಯುತ್ತಿದ್ದಳು. ಈ 'ಕಟ್ಟಾ' ಎಂದರೆ ಕಾಳುಮೆಣಸನ್ನು ಕೊಂಚವೇ ತೇಯ್ದು, ಆಯ್ದ ಸೊಪ್ಪಿನ ರಸ ಹಿಂಡಿ ಅರ್ಧ/ಒಂದು ಚಮಚದಷ್ಟು ಕುಡಿಸುವ ಸ್ವಲ್ಪ ಖಾರವಿರುವ ಔಷಧಿ. ಶಿಶುವಿಗೆ ಒಂದು ತಿಂಗಳಾಗುತ್ತಿದ್ದಂತೆ ಇದನ್ನು ಕೊಡಲಾರಂಭಿಸುತ್ತಾರೆ. ಮಗುವಿಗೆ ವರ್ಷ ಕಳೆಯುವ ತನಕವೂ

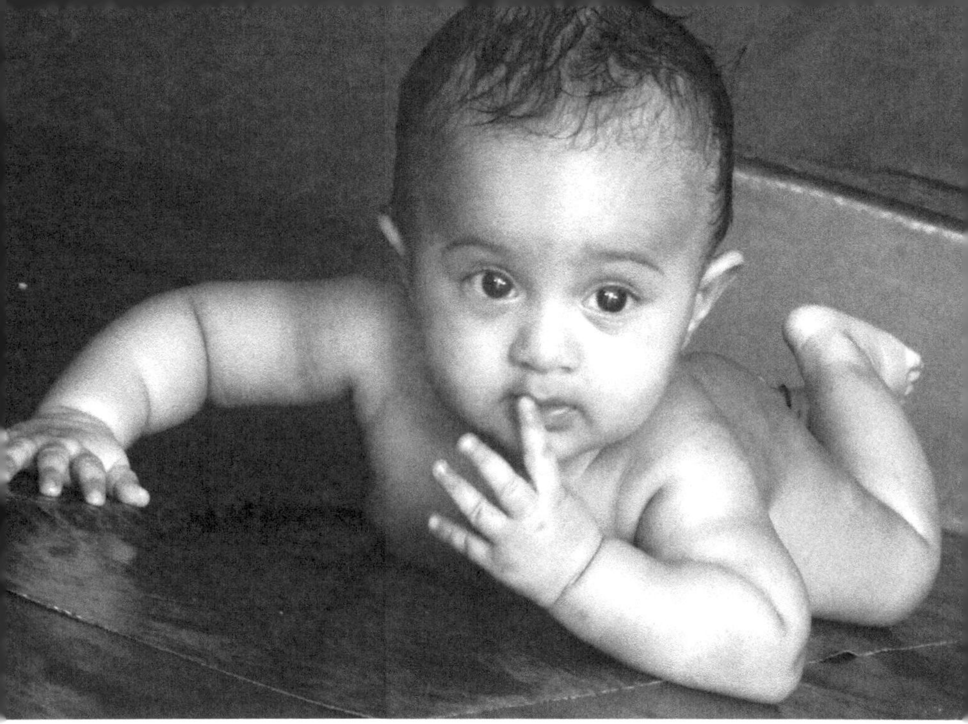

ವಾರಕ್ಕೊಂದು ಬಾರಿ ಬೇರೆ ಬೇರೆ ಔಷಧೀಯ ಸೊಪ್ಪಿನಿಂದ ಈ ಕಟ್ಟಾ ಮಾಡುತ್ತಾರೆ. ಕಟ್ಟಾ ಕುಡಿದ ಕೂಡಲೇ ಅಳುವ ಮಗುವಿಗೆ ಹಾಲೂಡಿಸುವಂತಿಲ್ಲ. ಔಷಧಿ ದೇಹಕ್ಕೆ ಚೆನ್ನಾಗಿ ಒಗ್ಗಲು ಮಗು ಇಪ್ಪತ್ತು ನಿಮಿಷವಾದರೂ ನಿದ್ರೆ ಮಾಡಲಿ ಎನ್ನುತ್ತಿದ್ದಳು ಅಜ್ಜಿ.

ಪಾಪು ತಲೆಗೆ ಕೊಬ್ಬರಿಎಣ್ಣೆ/ತುಪ್ಪ ಏನೇ ಹಾಕುವುದಿದ್ದರೂ ಎದ್ದ ಕೂಡಲೇ ಹಾಕುತ್ತಿದ್ದಳು. "ಸ್ನಾನ ಮಾಡೋ ಹೊತ್ತಿಗೆ ಎಣ್ಣೆ ಹಾಕಿ ಕೊಡ್ಲೇ ಬಚ್ಚಲಿಗೆ ಕರ್ಕಂಡು ಹೋದ್ರೆ ಎಣ್ಣೆ ಹೀರದಾದ್ರೂ ಹ್ಯಾಂಗೆ?" ಎನ್ನುತ್ತಿದ್ದ ಅವಳು ಬೆಳಿಗ್ಗೆ 10 ಗಂಟೆಯಾಗುತ್ತಿದ್ದಂತೆ ಪಾಪುವಿನ ಮೈಗೆ ಎಣ್ಣೆ ನೀವಲು ಕಾಲು ಚಾಚಿ ಕೂತಾಗುತ್ತಿತ್ತು. ಶಿಶುವನ್ನು ಮೀಯಿಸುವ ಮೊದಲೇ ಎಷ್ಟು ಬೇಕೋ ಅಷ್ಟು ಭರಪೂರ ಹಾಲು ಕುಡಿಸಬೇಕಾಗಿತ್ತು. ಸ್ನಾನ ಆದಮೇಲೆ ಹಾಲು ಕುಡಿಸಿದರೆ ಮೈ ಬಿಸಿ ಆರುತ್ತದೆ. ಅಲ್ಲದೇ ಮಗು ಹೊಟ್ಟೆತುಂಬಾ ಹಾಲು ಕುಡಿವ ಮುನ್ನವೇ ಸ್ನಾನದ ಸುಸ್ತಿಂದ ಮಲಗಿಬಿಡುತ್ತದೆ ಎನ್ನುತ್ತಿದ್ದಳು. ಮಗುವಿಗೆ ಹಚ್ಚುವ ಎಣ್ಣೆಯೂ ವಿಶೇಷವಾದದ್ದೇ. ಹೊಳೆದಾಸವಾಳ ಗಿಡದ ಬೇರು, ಕೆಂಪು ದಾಸವಾಳದ ಮೊಗ್ಗು, ಕಹಿಬೇವಿನ ಕಡ್ಡಿ, ಐದಾರು ಬಾದಾಮಿ ಜಪ್ಪಿ ಪುಡಿ ಮಾಡಿ ಕುದಿಸಿ ತಯಾರಿಸಿದ ಎಣ್ಣೆಯನ್ನು ಉಷ್ತೆ ಮಾಡಿದ್ದಳು. ಮಗುವಿನ ಚರ್ಮವನ್ನು ರಕ್ಷಿಸುವ ಗುಣ ಉಳ್ಳದ್ದಿದು. ಚರ್ಮದ ಮೇಲೆ ಹಚ್ಚುವ ಎಣ್ಣೆಯಲ್ಲಿ ಶೇ.60ರಷ್ಟನ್ನು ನಮ್ಮ ದೇಹ ಹೀರಿಕೊಳ್ಳುತ್ತದಂತೆ! ಅಂದರೆ ನಮ್ಮ ಚರ್ಮ ನಾವು ಹಚ್ಚಿದ್ದನ್ನು 'ತಿನ್ನುತ್ತದೆ' ಎಂದ ಹಾಗಾಯಿತು. ವಿಜ್ಞಾನದ ಪ್ರಕಾರ, ಎಣ್ಣೆ ಹಚ್ಚಿ ಮಸಾಜ್ ಮಾಡುವುದರಿಂದ ಚರ್ಮ ಎಂಡಾರ್ಫಿನ್ ಸೃಷ್ಟಿಸಿ ದೇಹದ ರೋಗನಿರೋಧಕ ವ್ಯವಸ್ಥೆಯನ್ನು ಬಲಗೊಳಿಸುತ್ತದೆ.

ಕಾಲಮೇಲೆ ಶಿಶುವನ್ನು ಮೊದಲು ಅಂಗಾತ, ಆಮೇಲೆ ಬೋರಲಾಗಿ ಮಲಗಿಸಿ ಎಣ್ಣೆ ತಿಕ್ಕಿ ಕೈಕಾಲನ್ನೆಲ್ಲಾ ಚೆನ್ನಾಗಿ ನೀವುತ್ತಿದ್ದಳು ಅಜ್ಜಿ. ಮೊದಲ ಮಗುವಿಗೆ ಹೀಗೆ ಅಜ್ಜಿ ಎಣ್ಣೆ ಹಚ್ಚುವಾಗ ನನಗಂತೂ ಜೀವಪ್ರಪಂಚದಲ್ಲಿ ಇದಕ್ಕಿಂತ ಹಿಂಸೆ ಇನ್ನೊಂದಿರಲಾರದು ಎನಿಸಿಬಿಟ್ಟಿತ್ತು! ಮಾಂಸದ ಮುದ್ದೆಗೆ ಕೈಕಾಲು–ಕಣ್ಣು ಮೂಗು ಬರೆದಂತೆ ಕಾಣುವ ನಾಲ್ಕೈದು ದಿನದ ಶಿಶುವಿಗೆ ಈ ಪರಿ ಹಿಂಸೆ ಕೊಡುತ್ತಾಳಲ್ಲ ಎಂದುಕೊಂಡಿದ್ದೆ. "ಅಜ್ಜೀ.. ಸಾಕಜ್ಜಿ, ಎಂತಕೆ ಆಥರ ಮೈಮುರಿತೆ. ಇನ್ನೂ ಎಳೇ ಮೈ" ಎಂದರೆ, "ಹೀಂಗೆ ಮಾಡಿರೆ ಮೈ ಕೈ ಎಲ್ಲಾ ಗಟ್ಟಿ ಆಗದು. ಇಲ್ದೆ ಹೋದ್ರೆ ಬಲ ಹ್ಯಾಂಗ್ ಬತ್ತು?" ಎನ್ನುತ್ತಿದ್ದ ಅವಳು ಮಾಡಿಸುವ ಕಸರತ್ತುಗಳನ್ನು ಒಮ್ಮೆ ನೋಡಿದರೆ ಜಿಮ್ನಾಸ್ಟಿಕ್ಕನ್ನು ಯಾವತ್ತೂ ನೋಡುವುದೇ ಬೇಡ!

ಅಜ್ಜಿಯ ಗರಡಿಯ ಎಳೇ ಕುಸ್ತಿಪಟುವಿನ ಮೈಗೆ ಎಣ್ಣೆ ಹೀರಿಕೊಳ್ಳುತ್ತಿದ್ದಂತೆಯೇ ಬಿಸಿನೀರು ಹೊಯ್ಯಲು ಚೌಡಮ್ಮ ಚೊಂಬು ಹಿಡಿದು ರೆಡಿ ಇರುತ್ತಿದ್ದರು. ಬಾಳಂತಿ ಸ್ನಾನದ ನೀರಷ್ಟು ಬಿಸಿಯಲ್ಲದ, ಹದವಾದ ನೀರನ್ನು ಪಾಪುವಿಗೆ ಸ್ನಾನ ಮಾಡಿಸುತ್ತಿದ್ದಳು ಅಜ್ಜಿ. ಕಡಲೆಹಿಟ್ಟಿನಿಂದ ಮೊದಲು ಎಣ್ಣೆಯ ಅಂಶವನ್ನೆಲ್ಲಾ ತಿಕ್ಕಿ ತೊಳೆದು, ನಂತರ ಬೇಬಿ ಸೋಪ್ ಉಜ್ಜುತ್ತಿದ್ದಳು. ಎಳೇ ಶಿಶುವಿಗೆ ಸ್ನಾನ ಮಾಡಿಸುವಾಗ ಎಚ್ಚರಿಕೆ ಮುಖ್ಯ. ಮಗುವಿನ ಬಾಯಿಗೆ ನೀರಿಳಿಯದಂತೆ ನೋಡಿಕೊಳ್ಳಬೇಕು. ಕಾಲಮೇಲೆ ಅಂಗಾತವಿದ್ದ ಮಗುವನ್ನು ಕವಚಿ ಹಾಕುವಾಗಲೂ ಜಾಗರೂಕರಾಗಿರಬೇಕು. ಕವಚಿ ಹಾಕಿದ ನಂತರ ಚೂಪಾಗಿರುವ ಮಗುವಿನ ತಲೆಯನ್ನು ಅಂಗೈಯಲ್ಲಿ ತಟ್ಟಬೇಕು. ಬಿಸಿನೀರು ಮೇಲಿಂದ ಬೀಳುತ್ತಿರುವಾಗ ಹೀಗೆ ತಲೆಯನ್ನು ಒಂದು ನಿರ್ದಿಷ್ಟ ಒತ್ತಡ ಹಾಕಿ ತಟ್ಟುತ್ತಿದ್ದರೆ ಮೂರು ತಿಂಗಳಲ್ಲಿ ಮಗುವಿನ ತಲೆ ಗುಂಡನೆಯ ಶೇಪ್ ಪಡೆದುಕೊಳ್ಳುತ್ತದೆ. ಎಳೆಯ ಕಂದನ ತಲೆಯನ್ನು ವಿಪರೀತ ತಟ್ಟಲೂಬಾರದು. ಹೇಗೆ ತಟ್ಟಬೇಕು ಎಂಬುದನ್ನು ಮನೆಯ ಹಿರಿಯರೇ ಗೈಡ್ ಮಾಡಿದರೆ ಒಳ್ಳೆಯದು.

ಶಿಶುವಿಗೆ ಮೈಮೇಲೆ ಸಣ್ಣ ಸಣ್ಣ ಬೆವರುಸಾಲೆಯಂಥ ನೀರಿಲ್ಲದ ಬೊಕ್ಕೆಗಳು ಏಳುತ್ತವೆ. ಇದು ಅಪಾಯಕಾರಿಯೇನಲ್ಲ. ಇದನ್ನು ನಮ್ಮ ಕಡೆ 'ಕೊಳ್ಳಿ ಕುಟುಕ' ಎನ್ನುತ್ತಾರೆ. ಅಜ್ಜಿಯ ಮೆಡಿಕಲ್ ಶಾಪ್ ನಲ್ಲಿ ಕೊಳ್ಳಿ ಕುಟುಕನನ್ನು ಓಡಿಸಲು ಒಂದೊಳ್ಳೆ ಮದ್ದಿತ್ತು. ಒಲೆಯಲ್ಲಿ ಉರಿಯುತ್ತಿರುವ, ಕೆಂಡವಿರುವ ಕೊಳ್ಳಿ (ಕಟ್ಟಿಗೆ/ಸೌದೆ)ಯೊಂದನ್ನು ಕೆಂಡ ಇದ್ದಂತೆಯೇ ಪಾಪು ಸ್ನಾನದ ಬಿಸಿನೀರಿಗೆ ಒಂದು ಬಾರಿ ಅದ್ದಿ ತೆಗೆಯಬೇಕು. ಆ

ನೀರಿನಿಂದ ಮೂರ್ನಾಲ್ಕು ದಿನ ಸ್ನಾನ ಮಾಡಿಸಿದರೆ ಬೊಕ್ಕೆಗಳು ಮಾಯ! ನೆನಪಿರಲಿ.. ಅದು ಕಾಂಡದ/ಗೆಲ್ಲಿನ ಪೂರ್ಣ ಭಾಗವಿರುವ ದುಂಡನೆಯ ಕಟ್ಟಿಗೆಯೇ ಆಗಿರಬೇಕು. ಒಡೆದ ಚಕ್ಕೆಯ ಸೌದೆ ಆಗಿರಬಾರದು. ಇಷ್ಟಾದರೂ ಹೋಗದಿದ್ದರೆ ಇನ್ನೊಂದು ಔಷಧವಿದೆ. ಮರದ ಮೇಲೆ ಬೆಳೆಯುವ ಕಳ್ಳಿ ಜಾತಿಯ ಸಸ್ಯವೊಂದಿದೆ. ಇದರ ಎಲೆ ನೋಡಲು ಪಾಪಾಸು ಕಳ್ಳಿಯಲ್ಲಿರುವ ದಪ್ಪನೆಯ ಅಗಲ ಎಲೆಯಂತೆಯೇ ಇದ್ದು, 'ಪಟ್ ಪಟೆ ಎಲೆ' ಎನ್ನುತ್ತಾರೆ. ಇದನ್ನು ಬೆಂಕಿಯಲ್ಲಿ ಕೊಂಚ ಬಾಡಿಸಬೇಕು. ಬಾಡಿಸುತ್ತಿದ್ದಂತೆಯೇ ಆ ಎಲೆಯ ಒಂದು ಭಾಗ ಚಪಾತಿಯಂತೆ ಉಬ್ಬುತ್ತದೆ. ಹೇಗೆ ಉಬ್ಬಿದ ಚಪಾತಿಯನ್ನು ಎರಡು ಭಾಗವಾಗಿ ಬಿಡಿಸಬಹುದೋ, ಅದೇ ರೀತಿ ಈ ಎಲೆಯನ್ನೂ ಎರಡು ಭಾಗ ಮಾಡಬಹುದು. ಒಳಗೆ ತೆಳು ರಸವಿರುತ್ತದೆ. ಪಾಪು ಸ್ನಾನವಾದ ಮೇಲೆ ಈ ಎಲೆಯ ಒಳಭಾಗವನ್ನು ಪಾಪುವಿನ ಮೈಗೆ ತಿಕ್ಕಿ ಕಂಬಳಿಯಲ್ಲಿ ಮಲಗಿಸಬೇಕು. ಎರಡೇ ದಿನದಲ್ಲಿ ಗುಳ್ಳೆಗಳು ಇಲ್ಲ.. ಎಣ್ಣೆ, ಸ್ನಾನದಲ್ಲೇ ಔಷಧವಿರುವ ಈ ಹಳ್ಳಿ ಬಾಣಂತನವನ್ನು ಯಾರು ಕಂಡುಹಿಡಿದರಪ್ಪಾ ಎಂದುಕೊಂಡು ಅಚ್ಚರಿಗೊಳ್ಳುವುದಷ್ಟೇ ಬಾಣಂತನದುದ್ದಕ್ಕೂ ನನ್ನ ಕೆಲಸವಾಗಿತ್ತು.

ಸ್ನಾನವಾದ ಮೇಲೆ ಚೆಂದಗೆ ಮೈ ಒರೆಸಿ ಗೊಬ್ಬೆ ಕಟ್ಟುತ್ತಿದ್ದ ಅಜ್ಜಿ, ಥಂಡಿಯಾಗದಿರಲಿ ಎಂದು ಬೆಂಕಿಯಲ್ಲಿ ಬಾಡಿಸಿದ ಕಾಫಿ ಎಲೆ ಅಥವಾ ಕಾಳು ಮೆಣಸಿನ ಎಲೆಯನ್ನು ಪಾಪುವಿನ ನೆತ್ತಿಯ ಮೇಲಿಟ್ಟು, ಅದರ ಮೇಲೆ ಟೊಪ್ಪಿ ಕಟ್ಟುತ್ತಿದ್ದಳು. ಕೆಲವೊಮ್ಮೆ ಭಸ್ಮ ಹಾಕಿ ಟೊಪ್ಪಿ ಕಟ್ಟುತ್ತಿದ್ದ ಅಜ್ಜಿಗೆ, ನನ್ನ ಮಗರಾಯ ಹೈರಾಣು ಮಾಡಿಸಿಬಿಡುತ್ತಿದ್ದ. ಒಂದು ತಿಂಗಳ ತನಕ ಎಣ್ಣೆ ಹಚ್ಚುವಲ್ಲಿಂದ ಆರಂಭಿಸಿ, ಸ್ನಾನ ಮಾಡಿಸಿ, ಗೊಬ್ಬೆ ಕಟ್ಟಿ ಮಲಗಿಸುವ ತನಕವೂ ಬಾಯಿ ಮುಚ್ಚದೆ 'ರೊಂಯ್ಯೋ...' ಎಂದು ಅಳುತ್ತಿದ್ದ. ಅಜ್ಜಿಯಂಥಾ ಅಜ್ಜಿಗೇ ಮೈ ತಿಕ್ಕಲು ಒಮ್ಮೊಮ್ಮೆ ಭಯವಾಗುತ್ತಿತ್ತು. ಹೀಗಾಗಿ ಎಲ್ಲಾ ಮುಗಿಸಿ ಅವನನ್ನು ತೊಟ್ಟಿಲಲ್ಲಿ ಮಲಗಿಸಿ ತೂಗುವಷ್ಟರಲ್ಲಿ ಅಜ್ಜಿಗೆ ಸಮಾ ಸುಸ್ತಾಗಿ ಬಿಡುತ್ತಿತ್ತು.

ಈಗಂತೂ ಶಿಶುವಿಗೆ ಎಣ್ಣೆ ಹಚ್ಚುವುದು ಹೇಗೆ ಎಂಬುದಕ್ಕೆ ಬೇಕಷ್ಟು ವೀಡಿಯೋಗಳು ಸಿಗುತ್ತವೆ. ನಾನೂ ಹಾಗೇ ಸುಮಾರಷ್ಟನ್ನು ನೋಡಿದೆ. ಒಬ್ಬೊಬ್ಬರದು ಒಂದೊಂದು ಕ್ರಮ. ಕೊನೆಗೆ ಇವನ್ನು ನೋಡಿ ಸುಮ್ಮಗೆ ಗೊಂದಲ ಹೆಚ್ಚು ಮಾಡಿಕೊಳ್ಳುವ ಬದಲು ಅಜ್ಜಿಯ ವಿಧಾನವನ್ನೇ ಅನುಸರಿಸೋಣ ಎಂದು ಅದನ್ನೇ ಮುಂದುವರಿಸಿದೆ. ಸಾರ್ಥಕ ಹುಟ್ಟಿದಾಗ ಎರಡನೇ ತಿಂಗಳಲ್ಲಿ ಎಣ್ಣೆ ಹಚ್ಚುವುದು ಕಲಿತಿದ್ದೆ. ಅಲ್ಲೀ ತನಕ ಒಂದೇ ಒಂದು ಎಳೇ ಶಿಶುವಿಗೆ ಎಣ್ಣೆ ಹಚ್ಚಿದ್ದನ್ನು ಕಣ್ಣಾರೆ ಕಂಡಿದ್ದಿಲ್ಲ ನಾನು. ಆದರೆ ಆಮೇಲೆ ಇದೇ ಅತ್ಯಂತ ಆಪ್ತ ಕೆಲಸವಾಗಿ ಹೋಯಿತು. ಶಿಶುವಿನ ಮೃದು ಮೈಗೆ ಎಣ್ಣೆ ಹಚ್ಚಿ ತಿಕ್ಕುವುದು, ಕೈಕಾಲು ಮಡಚುವಾಗ ಬೊಚ್ಚು ಬಾಯಿ ಬಿಟ್ಟು ಕಿಲಕಿಲ ನಗುವ ಅವನನ್ನು ನೋಡಿ ಮರುಳಾಗುವುದು, ಮತ್ತೆ ಕಚಗುಳಿ ಇಡುವುದು... ಇವೆಲ್ಲಾ ಮಗುವಿನ ಆರೈಕೆಯಲ್ಲಿ ನನ್ನ ಪಾಲಿಗೆ ದಿವ್ಯಾನಂದ ಕೊಟ್ಟ ಕ್ಷಣಗಳು.

ಬಾಳಂತಿ ಪುರಾಣ 14

ತೊಟ್ಟಿಲ ಕಂದ

ತೊಟ್ಟಿಲಲ್ಲಿ ಶಿಶು ನಿದ್ರೆಗೆ ಜಾರುತ್ತಿದ್ದಂತೆ ನಾನು ಎಣ್ಣೆ-ಸ್ನಾನ- ಕಟ್ಟು ಕಟ್ಟಿಕೊಳ್ಳುವುದನ್ನು ಮುಗಿಸಿರಬೇಕಿತ್ತು. ಅಷ್ಟನ್ನೂ ಮುಗಿಸಿ ಬರುತ್ತಿದ್ದ ಹಾಗೇ ಗಂಟೆ ಹೊಡೆದಂತೆ ಕರೆಕ್ಟಾಗಿ ಅವನೂ ಎದ್ದಿರುತ್ತಿದ್ದ. ಹೀಗೆ ಸ್ನಾನದ ನಿದ್ದೆಯಿಂದ ಎದ್ದ ಕೂಡಲೇ ಮೆಣಸಿನ ಎಲೆ ಕಟ್ಟಿದ್ದರಿಂದ ಬೆವರಿರುವ ತಲೆಯ ಟೊಪ್ಪಿಯನ್ನು ಬಿಚ್ಚಿ, ಬೆವರನ್ನೊರೆಸಿ ಹಾಗೇ ಕೈಕಾಲು ಆಡಲು ಬಿಟ್ಟಾಗ ಕಂದನ ಖುಷಿಯ ನೋಡಬೇಕು. ಉದ್ಯೋಗಕ್ಕೆ ಹೋಗುತ್ತಿಲ್ಲ, ನನ್ನದೇ ದುಡಿಮೆಯ ಸಂಬಳ ಕೈ ಸೇರುತ್ತಿಲ್ಲ, ಹೊರಗಿನ ಸುತ್ತಾಟಗಳೆಲ್ಲಾ ಇನ್ನೊಂದು ವರ್ಷ ಕಷ್ಟ ಎಂಬ ಸಂಕಟವೆಲ್ಲಾ ಆ ಕ್ಷಣ ಇಲ್ಲವಾಗುತ್ತದೆ. ಹಾಗೇ ಲವಲವಿಕೆಯಿಂದ ಇದ್ದವನಿಗೆ ಇನ್ನೊಂದು ಗಂಟೆಗೆ ನಿದ್ರೆ ಬಂದಿರುತ್ತದೆ. ಮತ್ತೆ ತೊಟ್ಟಿಲೊಳಗೆ ಪವಡಿಸುತ್ತಾನೆ ಪುಟ್ಟ ಪರಮಾತ್ಮ..

ಬಾಳಂತಿ-ಶಿಶು ಕೋಣೆಯ ಪ್ರೈಮ್ ಮೆಂಬರ್ ಆಗಿರುವ ಈ ತೊಟ್ಟಿಲು ಬಾಣಂತನದ ಮೂರು ತಿಂಗಳ ಅವಧಿ ಮುಗಿದು ಮುಂದೆ ವರ್ಷದ ತನಕವೂ ಅಮ್ಮನಿಗೆ ಸಹಕರಿಸುವ ಮಹಾನ್ ಹೆಲ್ಪರ್. ಹಾಗಾಗಿಯೇ ಅದು ಪೂಜನೀಯ. ಬಾಳಂತಿ 'ಒಳಗೆ ಬರುವ' ಶಾಸ್ತ್ರ ನಡೆಯುವ ಹನ್ನೊಂದನೇ ದಿನ ತೊಟ್ಟಿಲಿಗೂ ಪೂಜೆ ಮಾಡುತ್ತಾರೆ. ಆವತ್ತು 'ಶುದ್ಧ' ಮಾಡುವ ಪೂಜೆಗಳೆಲ್ಲಾ ಶುರುವಾಗಿತ್ತು. ಹಸಿ ಬಾಳಂತಿಯಾದ ನಾನು ಸೊಂಟದ ಕಟ್ಟಿನ ಮೇಲೆಯೇ ಸೀರೆಯುಟ್ಟು ಕೂತಿದ್ದೆ. ಹತ್ತಿರದ ನೆಂಟರಿಷ್ಟರು ಬಂದಿದ್ದರು. ಅಜ್ಜಿ ಉಷತ್ತೆಯನ್ನು ಕರೆದು, 'ಗುಂಡಪ್ಪ ಯಾರು ಮಾಡದು?' ಕೇಳುತ್ತಿದ್ದಳು. ಈರುಳ್ಳಿ ಊತಪ್ಪ, ಗುಳಿಯಪ್ಪದಂತೆಯೇ ಈ ದಿನ ಮಾಡಲೇಬೇಕಾದ ಯಾವುದೋ ಬಹುಮುಖ್ಯ ತಿನಿಸಿನ ಬಗ್ಗೆ ಮಾತನಾಡುತ್ತಿದ್ದಾರೆ

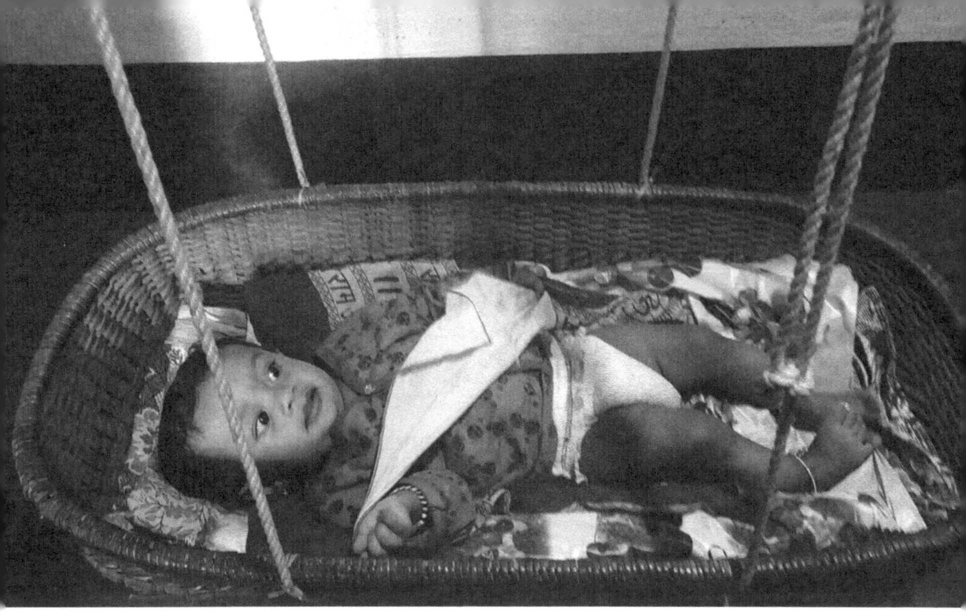

ಎಂದು ನನಗೆ ಅಂದಾಜಾಯಿತು. 'ಶ್ರೀಕಲಂಗೆ ತಂಗಿ ಯಾರೂ ಇಲ್ಲೆ. ಬೇರೆ ಹೆಣ್ಣುಮಕ್ಕಳೂ ಬರ್ಲೆ. ಹಂಗಾಗಿ ಗುಂಡಪ್ಪ ನಾನೇ ಮಾಡ್ತಿ' ಎಂದಳು ಉಷತ್ತೆ.

ತೊಟ್ಟಿಲ ಪೂಜೆ ಮುಗಿಯಿತು. ಪುರೋಹಿತರಿದ್ದವರು, 'ಗುಂಡಪ್ಪ ಮಾಡವ್ರು ಬನ್ನಿ' ಎಂದರು. ಉಷತ್ತೆ ಕೈಯಲ್ಲಿ ಒಂದು ಪುಟ್ಟ ಒರಳು ಕಲ್ಲು ಹಿಡಿದು ಬಂದವಳೇ, ಅದನ್ನು ತೊಟ್ಟಿಲ ಅಡಿಯಿಂದ ಹಾಯಿಸಿ ಮೇಲಿಂದ ತೆಗೆದುಕೊಂಡಳು. ಹೀಗೆ ಮೂರು ಸಲ ಹಾಯಿಸಿದವಳು ಕಲ್ಲನ್ನು ತೊಟ್ಟಿಲೊಳಗಿಟ್ಟು ಒಮ್ಮೆ ತೂಗಿ ಎತ್ತಿದಳು. 'ಗುಂಡಪ್ಪ ಆತು. ಇನ್ನು ಮಗೂನ ತೊಟ್ಟಿಲಲ್ಲಿ ಮಲಗಿಸಿ' ಎಂದರು ಪುರೋಹಿತರು. ಆಗಲೇ ಗುಂಡಪ್ಪ ಅಂದರೆ ತಿನಿಸಲ್ಲ, ಈ ಕಲ್ಲಿನಿಂದ ಮಾಡಿದ ಶಾಸ್ತ್ರ ಎಂಬ ವಿಚಾರ ನನಗೆ ಸಾಕ್ಷಾತ್ಕಾರವಾಗಿದ್ದು!

ಇದಾದ ಮೇಲೆ ನಾನು–ನಮ್ಮವರು ಮಗುವನ್ನು ಹಿರಿಯರಿಗೆ ಕೊಟ್ಟು ನಮಸ್ಕಾರ ಮಾಡಬೇಕು. ಆದರೆ ಅದಕ್ಕೂ ಮೊದಲು 'ಗುಂಡಪ್ಪ'ನನ್ನು ತೊಟ್ಟಿಲಲ್ಲಿಡುವ ಶಾಸ್ತ್ರ ಮಾಡಿದ ಉಷತ್ತೆಯೇ ಎಲ್ಲರಿಗೂ 'ಗುಂಡಪ್ಪ' ನಾಮಧಾರಿಯಾದ ಕಲ್ಲನ್ನು ಕೊಟ್ಟು ನಮಸ್ಕರಿಸಬೇಕು. ಹಿರಿಯರು ಮೊದಲು ಗುಂಡಪ್ಪನಿಗೆ, ನಂತರ ಶಿಶುವಿಗೆ ಆಶೀರ್ವದಿಸಬೇಕು. ಇಷ್ಟೆಲ್ಲಾ ಕೆಲಸ ಮಾಡಿದ 'ಗುಂಡಪ್ಪ' ಹಿಡಿದವರಿಗೆ ದಕ್ಷಿಣೆ ಕೊಟ್ಟುಬಿಟ್ಟರೆ ಶಾಸ್ತ್ರ ಮುಗಿದಂತೆ. ಮಗುವನ್ನು ತೊಟ್ಟಿಲಲ್ಲಿ ಮಲಗಿಸುವ ಮೊದಲು ತೊಟ್ಟಿಲಿನ ಎಲ್ಲಾ ಸ್ಕ್ರೂಗಳು ಸರಿ ಇದೆಯಾ ಅಂತ ಟೆಸ್ಟ್ ಮಾಡೋಕೆ ಇದೆಲ್ಲಾ ಮಾಡಿದ್ದಿರಬೇಕು ಎಂದು ಅಜ್ಜಿಯನ್ನು ಕಿಚಾಯಿಸಿದಾಗ ಅಜ್ಜಿ ದೊಡ್ಡಕೆ ಕಣ್ಣು ಬಿಟ್ಟಳು. ಎಲ್ಲಾ ಮುಗಿದು ನೆಂಟರಿಷ್ಟರು ಹೋದ ಮೇಲೆ ಬಂದು ಹೇಳಿದಳು.. "ಖಾಲಿ ತೊಟ್ಟಿಲಲ್ಲಿ ಮಗು ಮೊದ್ಲು ಮಲಗಿಸದಲ್ಲ. ಇದೊಂದು ಸಂಪ್ರದಾಯ. ಹಳಬರು ಮಾಡ್ತಿದ್ದ. ಎಂತಕೆ ಹೇಳಿ ಕೇಳ್ತಿರ್ಲೆ ನಾವು. ಅವು ಹೇಳ್ತಾನೂ ಇರ್ಲೆ.."

ಅದೇನಾದ್ರೂ ಇರಲಿ. ಅಂತೂ ಗುಂಡಪ್ಪನೊಂದಿಗೆ ಸಂಪನ್ನನಿಗೆ ತೊಟ್ಟಿಲು ಭಾಗ್ಯ ಶುರುವಾಯಿತು. "ಇನ್ನು ನೋಡು.. ಚೊಲೋ ನಿದ್ರೆ ಮಾಡ್ತ ನಿನ್ನ ಮಗ" ಎಂದು ಅಜ್ಜಿಯಿಂದ ತೊಟ್ಟಿಲಿಗೊಂದು ಹೆಚ್ಚುವರಿ ಹೊಗಳಿಕೆ ಬೇರೆ. ಹಾಗೆಲ್ಲ ಇದ್ದಿದ್ದರೆ ಪ್ರಪಂಚದಲ್ಲಿ ತೊಟ್ಟಿಲ ಪ್ರೊಡಕ್ಷನ್ ಹತ್ತು ಪಟ್ಟು ಹೆಚ್ಚಾಗಿರೋದು ಎಂದು ಹೇಳಹೊರಟವಳು ಈಗಷ್ಟೇ ಫ್ರೆಶ್ ಆಗಿ ಬೈಸಿಕೊಂಡಿದ್ದ ಕಾರಣ ಸುಮ್ಮನಾದೆ.

ಈ ಎಳೆಯ ಶಿಶುವನ್ನು ತೊಟ್ಟಿಲಲ್ಲಿ ತೂಗಿ ನಿದ್ರೆ ಮಾಡಿಸುವುದು, ಮಡಿಲಲ್ಲಿ ತಟ್ಟಿ ನಿದ್ರೆ ಮಾಡಿಸುವುದಕ್ಕಿಂತ ಸುಲಭವೇನೋ ಹೌದು. ಮಗುವಿನ ತಲೆಯಡಿಗೆ ವೃತ್ತಾಕಾರದ ತಲೆರಿಂಗ್ ಇರಿಸಿ, ಶಿಶುವಿನ ಚೂಪಾದ ತಲೆ ಗುಂಡಗಾಗಲು ತೊಟ್ಟಿಲಾದರೆ ಉಪಯೋಗ. ಮಗು ಹೊರಳುವುದೂ ಕಡಿಮೆ. ಬಟ್ಟೆಯಿಂದ ಸುತ್ತಲೂ ಮುಚ್ಚಬಹುದಾದ ಕಾರಣ, ಸೊಳ್ಳೆ ಮತ್ತಿತರ ಕೀಟಗಳಿಂದಲೂ ತೊಂದರೆ ಇಲ್ಲ. ಎಲ್ಲಕ್ಕೂ ಮಿಗಿಲಾಗಿ ತೊಟ್ಟಿಲ ತೊನೆಯುವಿಕೆಯನ್ನು ಕಂದನೂ ಅಷ್ಟೇ ಆನಂದಿಸುತ್ತಾನೆ, ಲಾಲಿ ಹಾಡುತ್ತಾ ತೂಗುವುದನ್ನು ಅಮ್ಮನೂ.. ಸೀರೆಯ ಜೋಲಿಯೊಳಗೆ ನನ್ನಿಬ್ಬರು ಮಕ್ಕಳೂ ಸಿಕ್ಕಾಪಟ್ಟೆ ಬೆವರುತ್ತಿದ್ದ ಕಾರಣ ಜೋಲಿ ಬಳಸಿದ್ದೇ ಕಡಿಮೆ. ಇಲ್ಲವೆಂದರೆ ಈ ಜೋಲಿಯೂ ಚೆಂದವೇ.

ಈ ಬಾರಿ ಸಂಪನ್ನ ಮಲಗಿದ ತೊಟ್ಟಿಲನ್ನು ನಮ್ಮ ಹತ್ತಿರದ ನೆಂಟರಾದ 'ಚೌಡಿಕೊಡ್ಲಿ'ನ ಮಂಜುಮಾವನ ಮನೆಯಲ್ಲಿ ಕೊಟ್ಟಿದ್ದರು. ಕಬ್ಬಿಣದ ಸ್ಟ್ಯಾಂಡಿಂಗ್ ತೊಟ್ಟಿಲಿಗೆ ಆಗಲೇ ಹದಿನೆಂಟು ವರ್ಷವಾಗಿತ್ತು. ಅದೇ ನನ್ನಮ್ಮನ ಮನೆಯಲ್ಲಿರುವ, ಸಾರ್ಥಕ ಮಲಗಿದ ಬೆತ್ತದ ತೊಟ್ಟಿಲಿಗೆ ಬರೋಬ್ಬರಿ ಮೂವತ್ತೈದು ವರ್ಷ! ನಾನು, ನನ್ನಣ್ಣ ಇಬ್ಬರೂ ಶಿಶುವಾಗಿದ್ದಾಗ ಮಲಗಿದ, ಅಮ್ಮನಿಗೆ ಅಜ್ಜ ಕೊಟ್ಟ ತವರು ಮನೆ ಗಿಫ್ಟ್ ಅದು. ಹೀಗೆ ವರುಷಾನುಗಟ್ಟಲೆಯಿಂದ ಹೊಸ ಜೀವದ ಜೋಗುಳಕ್ಕೆ ಸಾಕ್ಷಿಯಾಗಿದ್ದರೂ, ಕೊಂಚವೂ ಹಾಳಾಗದೆ ಇರುವ ತೊಟ್ಟಿಲುಗಳು ಊರ ಮನೆಯ ಅಟ್ಟಳಿಗೆಯಲ್ಲಿ ಖಾಯಮ್ಮು. ಆದರೆ ಮೇಲಿಂದ ತೂಗಾಡುವ ಈ ತೊಟ್ಟಿಲನ್ನು ಕಟ್ಟಲು ನಗರದ ನಮ್ಮ ಫ್ಲ್ಯಾಟ್‌ನಲ್ಲಿ ವ್ಯವಸ್ಥೆಯೇ ಇಲ್ಲ. ಹಿಂದೆಲ್ಲಾ ಮನೆ ಕಟ್ಟುವಾಗ ಮೇಲೊಂದು ಗಟ್ಟಿಮುಟ್ಟಾದ 'ಹುಕ್' ಇದ್ದೇ ಇರುತ್ತಿತ್ತು. ಇಷ್ಟು ದೊಡ್ಡ ಅಪಾರ್ಟ್‌ಮೆಂಟ್ ಕಟ್ಟಿಸಿದವರಿಗೆ ಇಷ್ಟು ಚಿಕ್ಕ 'ಹುಕ್' ಇಟ್ಟರೇನು ಎಂದು ಅದೆಷ್ಟು ಬಾರಿ ಬೈದುಕೊಂಡಿದ್ದೇನೋ? ಹಾಗಾಗಿಯೇ ಸಾರ್ಥಕ ಹುಟ್ಟಿದಾಗ ಅಮ್ಮ ಹೊಸದಾಗಿ ಮಾಡಿಸಿಕೊಟ್ಟಿದ್ದ ಬೆತ್ತದ ದೊಡ್ಡ ತೊಟ್ಟಿಲು ಇಲ್ಲೇ ಕಪಾಟಿನ ಮೇಲ್ಭಾಗದಲ್ಲಿ ಮುನಿಸಿಕೊಂಡು ಕೂತಿದೆ.

ಅನಿವಾರ್ಯವಾಗಿ ಸ್ಟ್ಯಾಂಡಿಂಗ್ ತೊಟ್ಟಿಲೇ ಮನೆಗೆ ಬಂತು. ಆದರೆ ಈ ಕಂದಮ್ಮನಿದ್ದಾನಲ್ಲ.. ಎಲ್ಲೇ, ಹೇಗೇ ಮಲಗಿದರೂ ನೋಡಲಂತೂ ಚೆಲ್ವಿನ ಸಿರಿಯೇ. ತುಟಿಯನ್ನು 'ಪೌಟ್' ಮಾಡಿ ಪುಚುಪುಚು ಎಂದು ಸಿಹಿನಿದ್ರೆಯಲ್ಲೇ ಹಾಲೂಡಿದಂತೆ ಕನಸು ಕಾಣುವ ಅವನು ನನಗಂತೂ ಕಿನ್ನರ ಲೋಕದ ಬಾಲ. ಇಷ್ಟೆಲ್ಲಾ ತದೇಕಚಿತ್ತದಿಂದ

ಅವನನ್ನು ನಾನು ನೋಡಿ ನೋಡಿ ಅಜ್ಜಿಯ ಲೆಕ್ಕಾಚಾರದಲ್ಲಿ ದೃಷ್ಟಿ ಮಾಡುತ್ತಿದ್ದರೆ, ಅವನು ಒಮ್ಮೆಯಾದರೂ ನನ್ನ ಕಣ್ಣಲ್ಲಿ ಕಣ್ಣಿಟ್ಟು ನೋಡುತ್ತಾನಾ? ಊಹೂಂ.. ಅದೆಲ್ಲೋ ಮೇಲುಗಡೆ ಕೋಣೆಯ ಎಡತುದಿಯಿಂದ ಬಲತುದಿಗೆ ನೋಡಿ ಕಿಸಕ್ಕನೆ ನಕ್ಕು ಮತ್ತೆ ಶೂನ್ಯವನ್ನು ದಿಟ್ಟಿಸಿ ಮುಖ ಹಿಂಡುವ ಸಂಪನ್ನ ಕಾಣದ ತೆರೆಯ ಮೇಲಿನ ಸಿನಿಮಾ ನೋಡುತ್ತಿರುವಂತೆ ಭಾಸವಾಗುತ್ತಿತ್ತು. ಅಜ್ಜಿಯ ಪ್ರಕಾರ, ದೇವರು ಬಾಳೆಹಣ್ಣು ಕೊಟ್ಟಾಗ ಮಗು ನಗುತ್ತದೆ. ಅದೇ ಬಾಳೆಹಣ್ಣನ್ನು ಮತ್ತೆ ಕಸಿದುಕೊಂಡಾಗ ಪಾಪು ಅಳುತ್ತದ್ದಂತೆ. ಈ ಕಂದನನ್ನು ನೋಡುತ್ತಿದ್ದರೆ ಜನ್ಮಾಂತರದ ಕಥೆಗಳು, ಏಲಿಯಲ್ ಥಿಯರಿಗಳು, ಲೈಫ್ ಆಫ್ಟರ್ ಡೆತ್, 'ಶಿಶು ದೇವರ ಬಳಿ ಮಾತನಾಡುತ್ತದೆ' ಎಂಬೆಲ್ಲಾ ಮಾತಿಗೆ ಧುತ್ತನೆ ಅರ್ಥ ಬಂದಂತಾಗುತ್ತಿತ್ತು. ಸುತ್ತಲಿನ ಪ್ರಪಂಚದ ಅರಿವೇ ಇರದಂತೆ ಎತ್ತಲೋ ನೋಡಿ, ಯಾರಿಗೋ ಪ್ರತಿಕ್ರಿಯಿಸುವಾಗ ಈ ಜಗತ್ತಿನ ನಿಗೂಢತೆಯ ಬಗ್ಗೆ ಅಚ್ಚರಿಗೊಳ್ಳುತ್ತಿದ್ದೆ!

ಬಾಳಂತಿ ಪುರಾಣ **15**

ಹೊಕ್ಕಳಬಳ್ಳಿಯೆಂಬ ಅದ್ಭುತ

ಸಂಪನ್ನ ಹುಟ್ಟಿ ಏಳು ದಿನವಾಗಿತ್ತು. ಆ ಬೆಳಿಗ್ಗೆ ನಾನು ಅಜ್ಜಿಯನ್ನು ಜೋರಾಗಿ ಕೂಗಿದೆ. ಏನಾಯಿತೋ ಎಂದು ಅವಳೂ ಎದ್ದುಬಿದ್ದು ಓಡಿಬಂದಳು. "ಗಿರಾ... ಗಿರಾ... ಹೊಕ್ಕಳು ಬಳ್ಳಿ ಗಿರಾ..." ನನ್ನದೇ ಧಾಟಿಯಲ್ಲಿ ಹಾಡುತ್ತಾ, ಒಂದು ಕೈಯಲ್ಲಿ ಶಿಶುವಿನ ಉದುರಿದ ಹೊಕ್ಕಳು ಬಳ್ಳಿ ಹಿಡಿದು ಕುಣಿಸುತ್ತಾ ಅಜ್ಜಿಯತ್ತ ನೋಡಿದೆ. ಬಾಳಂತಿ ಕುಣಿಯುವುದನ್ನು ಖಂಡತುಂಡವಾಗಿ ವಜಾ ಮಾಡಲಾಗಿದ್ದರೂ ಕತ್ತು ಕೊಂಕಿಸುತ್ತಿರುವ ನನ್ನನ್ನೊಮ್ಮೆ ಮೊನಚಾಗಿ ನೋಡಿದಳು ಅಜ್ಜಿ. ಕಣ್ಣ ನೋಟದಲ್ಲೇ ಸಮಸ್ತವನ್ನೂ ಅರ್ಥೈಸಿಕೊಂಡ ನಾನು ಆಗಷ್ಟೇ ಹುಟ್ಟಿದ್ದ ಹೊಸ ಹಾಡಿಗೆ ಅರ್ಧದಲ್ಲೇ ಮುಕ್ತಿ ಕರುಣಿಸಿ "ಹೊಕ್ಕಳು ಬಳ್ಳಿ ಬಿತ್ತು ಅಜ್ಜಿ" ಎಂದು ಘನಗಂಭೀರವಾಗಿ ಹೇಳಿ ಅದನ್ನವಳ ಕೈಗಿತ್ತೆ. ಮಗುವಿನ ಹೊಕ್ಕಳು ಬಳ್ಳಿ ಯಾವಾಗ ಬೀಳುತ್ತದೆ ಎಂಬುದನ್ನು ಗಮನಿಸಿ, ಬಿದ್ದ ಕೂಡಲೇ ಅವಳ ಕೈಗೆ ಕೊಡಬೇಕೆಂಬ ಟಾಸ್ಕ್ ವಹಿಸಿದ್ದಳು ಅಜ್ಜಿ.

ಗರ್ಭದಲ್ಲಿ ಶಿಶುವಿನ ಜೀವಸಂಗಾತಿಯಾಗಿದ್ದ ಹೊಕ್ಕಳು ಬಳ್ಳಿಯೆಂಬ ಅದ್ಭುತವೊಂದರ ಕೊನೆಯ ಕೊಂಡಿ ಕಳಚಿ ಬಿದ್ದಿತ್ತು. ಮಗು ಅಮ್ಮನ ಗರ್ಭದಿಂದ ಹೊರಬರುತ್ತಲೇ ಡಾಕ್ಟರ್ ಮೊದಲು ಮಾಡುವ ಕೆಲಸ ಈ ಬಳ್ಳಿಯನ್ನು ಕತ್ತರಿಸಿ ಕ್ಲಿಪ್ ಹಾಕುವುದು. ಹೊಕ್ಕಳಿಗೆ ಅಂಟಿಕೊಂಡು ಉಳಿದಿರುವ ಈ ಬಳ್ಳಿಯ ಬುಡ ಸಾಮಾನ್ಯವಾಗಿ ಐದಾರು ದಿನ ಕಳೆಯುತ್ತಿದ್ದಂತೆ ಉದುರುತ್ತದೆ. ಇದನ್ನು ಎಲ್ಲೆಂದರಲ್ಲಿ ಎಸೆಯುವಂತಿಲ್ಲ. ಹನ್ನೊಂದು ದಿನದವರೆಗೆ ಹಾಗೇ ಇಟ್ಟು, ಶುದ್ಧ ಮಾಡಿ 'ಒಳಬರುವ' ಶಾಸ್ತ್ರದ ದಿನ ಮಣ್ಣಿನೊಳಗೆ ಹುಗಿಯಬೇಕು. ಸಾಮಾನ್ಯವಾಗಿ ಬಾಳೆಗಿಡ, ತೆಂಗಿನಮರದ ಬುಡದಲ್ಲಿ ಹುಗಿಯುವ ಕ್ರಮ ಊರ ಕಡೆಗಿದೆ. ಕೊಟ್ಟಿಗೆ ಇರುವಲ್ಲಾದರೆ ದನದ

ಕಾಲಬುಡದಲ್ಲಿ ಹುಗಿಯುತ್ತಾರೆ. "ಏನಾ.. ಯಾವಾಗ ನೋಡಿದ್ರೂ ಅವ್ರ ಮನೆಲೇ ಇರ್ತೆ. ಹೊಕ್ಕಳ ಬಳ್ಳಿ ಅಲ್ಲೇ ಹುಗಿದಿದ್ವಾ ಹ್ಯಾಂಗೆ?" ಎಂದು ನಮ್ಮ ಕಡೆ ತಮಾಷೆ ಮಾಡುತ್ತಾರೆ. ಹೊಕ್ಕಳು ಬಳ್ಳಿ ಎಲ್ಲಿ ಹುಗಿಯುತ್ತಾರೋ ಅತ್ತ ಕಡೆ ಮನಸ್ಸು ವಾಲುವುದು ಹೆಚ್ಚೆಂಬ ಮಾತು ಚಾಲ್ತಿಯಲ್ಲಿದೆ. ಕೆಲವೆಡೆ ಶಾಲೆಯ ಮೆಟ್ಟಿಲ ಬಳಿ ಹುಗಿಯುವುದೂ ಇದೆ. ವಿದ್ಯೆ ಚೆನ್ನಾಗಿ ತಲೆಗೆ ಹತ್ತಲಿ, ಶಾಲೆಗೆ ಹೋಗಲು ಹಠ ಮಾಡುವುದು ಬೇಡ ಎಂಬುದು ಉದ್ದೇಶವಂತೆ.

"ಮಕ್ಕಳು ಆಗ್ದೆ ಇದ್ದೋರ್ರಿಗೆ ಬಾಳೆಹಣ್ಣಲ್ಲಿ ಹೊಕ್ಕಳಬಳ್ಳಿ ಇಟ್ಟು ತಿನ್ನಕೆ ಕೊಡ್ತಾರೆ ಅಕ್ಕಯ್ಯ.. ಮದ್ವೆ ಆಗಿ ಆರು ವರ್ಷ ಆದ್ರೂ ಮಗು ಆಗಿಲ್ಲ ಹೇಳಿ ನಮ್ಮ ಪಕ್ಕದ್ಮನೆ ಹೆಣ್ಣಿಗೇ ಕೊಟ್ಟಿದ್ರು.." ಬಾಳಂತಿ ಸ್ನಾನದ ಹೊತ್ತಲ್ಲಿ ಚೌಡಮ್ಮ ಬಿಸಿನೀರು ರಾಚುತ್ತಾ ಹೀಗೊಂದು ಗುಟ್ಟಿನ ಔಷಧಿ ಹೇಳಿದ್ದರು. "ಅದನ್ನು ತಿಂದವ್ರಿಗೆ ಆಮೇಲೆ ಮಗು ಆಗಿತ್ತಂತಾ?" ಕೇಳಿದೆ. "ವರ್ಷ ಕಳ್ದು ಮಗು ಆಗಿತ್ತು. ಅದಿಕ್ಕೇ ಆಯ್ತಾ. ಬೇರೆಂತಕೋ ಆಯ್ತಾ.. ಗೊತ್ತಿಲ್ಲ ಅಕ್ಕಯ್ಯಾ.." ಎಂದರು. ಔಷಧ ತಿನ್ನುವವರಿಗೆ ಅದರೊಳಗೇನಿದೆ ಎಂದು ಹೇಳದೆ ಕೊಡುತ್ತಾರಂತೆ. ಹೇಳಿ, ವಾಕರಿಸಿಕೊಂಡೇನಾದರೂ ತಿಂದರೆ ಅದರ ಫಲ ದಕ್ಕುವುದಿಲ್ಲ ಎನ್ನುತ್ತಾ ಮನಸ್ಸು ಮತ್ತು ಔಷಧ ಎರಡಕ್ಕೂ ಸಂಬಂಧ ಇದೆ ಎಂಬ ತತ್ವ ತಿಳಿಸಿದ್ದರು ಚೌಡಮ್ಮ. ಹೀಗೆ ಹೊಕ್ಕಳ ಬಳ್ಳಿಯೇ ಔಷಧವಾಗುವುದಕ್ಕೂ, 'ಕಾರ್ಡ್ ಬ್ಲಡ್ ಬ್ಯಾಂಕಿಂಗ್" (ಹೊಕ್ಕಳ ಬಳ್ಳಿ ರಕ್ತಬ್ಯಾಂಕ್) ಮೂಲಕ ಸ್ಟೆಮ್ ಸೆಲ್ಸ್ ರಕ್ಷಿಸಿ ಕೆಲವು ರೋಗಗಳಿಗೆ ಚಿಕಿತ್ಸೆ ಕಂಡುಹಿಡಿಯುವ ವೈದ್ಯಕೀಯ ಲೋಕದ ಸಂಶೋಧನೆಗಳಿಗೂ ಸಂಬಂಧ ಇದ್ದೀತಾ ಎನಿಸಿತ್ತು. ಸಾರ್ಥಕ ಹುಟ್ಟುವ ಸಂದರ್ಭ ಅವನ ಹೊಕ್ಕಳ ಬಳ್ಳಿ ರಕ್ಷಿಸಿ ಇಡಬಹುದಾ ಎಂದು ಡಾಕ್ಟರ್ ಬಳಿ ಚರ್ಚಿಸಿದ್ದೆ. ಅದನ್ನು ಕಾಪಿಡಲು ಖರ್ಚು ಬಹಳ ಮತ್ತು ರೋಗಗಳನ್ನು ಗುಣಪಡಿಸುವ ಕುರಿತಂತೆ ಸಮರ್ಪಕವಾದ ಫಲಿತಾಂಶಗಳು ಸಿಕ್ಕಿಲ್ಲವಾದ ಕಾರಣ ಯೋಚನೆ ಕೈಬಿಟ್ಟಿದ್ದೆ.

“ಅಜ್ಜೀ.. ‘ಬ್ಲಡ್ ಬ್ಯಾಂಕ್ ಥರಾನೇ ಈ ಹೊಕ್ಕಳ ಬಳ್ಳಿಯ ರಕ್ತನೂ ಜೋಪಾನ ಮಾಡಿ ಇಡ್ತ ಗೊತ್ತಿದಾ?” ಎಂದು ಹೊಕ್ಕಳ ಬಳ್ಳಿಯಲ್ಲಿರುವ ಸ್ಟೆಮ್ ಸೆಲ್ಸ್ ರಕ್ಷಿಸಿ ಇಡುವುದರಿಂದ ಮುಂದೆ ಬರಬಹುದಾದ ಕೆಲವು ಖಾಯಿಲೆಗಳಿಗೆ ಪರಿಣಾಮಕಾರಿ ಚಿಕಿತ್ಸೆ ಕೊಡಬಹುದು ಎಂದು ನನಗೆ ಗೊತ್ತಿದ್ದ ಚೂರುಪಾರು ವಿಷಯ ತಿಳಿಸಿದೆ. ಅಜ್ಜಿಗೆ ಹೀಗೂ ಇದ್ದೀತಾ ಎಂಬ ಕುತೂಹಲ, ಜೊತೆಗೆ ನಮ್ಮ ದೇಹದ ಜೀವಕೋಶಗಳೇ ನಮ್ಮ ಖಾಯಿಲೆಗಳಿಗೆ ಪರಿಹಾರ ಕೊಡುವ ಬಗ್ಗೆ ಅಚ್ಚರಿ. “ನೋಡು.. ಎಂತೆಲ್ಲಾ ಕಂಡುಹಿಡೀತಾ ಅಲ್ದಾ ಈಗ?!! ನಮ್ ದೇಹಾನೇ ಪರಮೌಷಧ ಹಾಂಗಾರೆ..” ಎಂದ ಅಜ್ಜಿ ನನಗೂ, ಮಗುವಿಗೂ ದೃಷ್ಟಿ ತೆಗೆಯಲು ಕೆಂಪು ಮೆಣಸಿನಕಾಯಿ ಹಿಡಿದು ನಿಂತಳು. ಬಾಳಂತಿ-ಶಿಶುವಿಗೆ ವಾರಕ್ಕೆರಡು ಬಾರಿ ದೃಷ್ಟಿ ತೆಗೆಯದೇ ಇರುತ್ತಿರಲಿಲ್ಲ ಅಜ್ಜಿ. ಸಾಮಾನ್ಯವಾಗಿ ಭಾನುವಾರ, ಗುರುವಾರ ದೃಷ್ಟಿ ತೆಗೆಯುತ್ತಿದ್ದ ಅವಳು ಇದನ್ನು ‘ವಾರ ಮುಖ ನೋಡಿ ದೃಷ್ಟಿ ತೆಗೆಯುವುದು’ ಎನ್ನುತ್ತಿದ್ದಳು. ಹೊರಗೆಲ್ಲಾದರೂ ಹೋಗಿದ್ದರಂತೂ ಕಡ್ಡಾಯವಾಗಿ ದೃಷ್ಟಿ ಮಾಡುತ್ತಾರಾದ ಕಾರಣ ತೆಗೆಯದೇ ಇರುವಂತೆಯೇ ಇಲ್ಲ! ಸಾಸಿವೆ ಕಾಳು, ಅರಶಿನ ಪುಡಿ, ಕರಿಬೇವಿನ ಸೊಪ್ಪು, ಈರುಳ್ಳಿ ಸಿಪ್ಪೆ, ಬೆಳ್ಳುಳ್ಳಿ ಸಿಪ್ಪೆ, ತಲೆ ಕೂದಲು.. ಇವಿಷ್ಟನ್ನೂ ಮುಷ್ಟಿಯಲ್ಲಿ ಹಿಡಿದು ಇಬ್ಬರಿಗೂ ಪ್ರತ್ಯೇಕವಾಗಿ ಸುಳಿದು ಉರಿಯುತ್ತಿರುವ ಒಲೆಗೆ ಹಾಕುತ್ತಿದ್ದಳು. ಹಂಡೆಗೆ ಬಳಿದ ಮಸಿ ತಂದು ನಮಗೆ ಹಚ್ಚುತ್ತಿದ್ದಳು. ಮೂರು ತಿಂಗಳು ಕಳೆದ ಮೇಲೆ ಇದಕ್ಕೆ ಕೆಂಪು

ಒಣಮೆಣಸಿನಕಾಯಿ ಹಾಕುತ್ತಾರೆ. ಘಾಟು ಬರುತ್ತದೆ ಎಂಬ ಕಾರಣಕ್ಕೆ ಮೂರು ತಿಂಗಳ ಒಳಗೆ ಮೆಣಸಿನಕಾಯಿ ಹಾಕುವುದಿಲ್ಲ.

"ಅಲ್ಲಾ ಅಜ್ಜಿ.. ಬೆಂಗ್ಳೂರಲ್ಲಿ ಒಲೆ-ಹಂಡೆ-ಬೆಂಕಿ ಇಲ್ಲೆ. ಹ್ಯಾಂಗೆ ದೃಷ್ಟಿ ತೆಗೀತೇ?" ಎಂದು ಕಾಲೆಳೆಯಲು ಪ್ರಶ್ನಿಸಿದರೆ ಅದಕ್ಕೂ ಅವಳ ಬಳಿ ಉತ್ತರವಿತ್ತು. ವೀಳ್ಯದೆಲೆಗೆ ನಾಲ್ಕು ತೂತು ಮಾಡಿ, ಕೊಬ್ಬರಿ ಎಣ್ಣೆ ಹಚ್ಚಿ, ಅಮ್ಮ-ಮಗುವಿಗೆ ಸುಳಿದು, ಬೆಂಕಿಗೆ ಹಿಡಿದು ಬಿಸಿ ಮಾಡುವುದು. ಅದು ಕಪ್ಪಾದಾಗ, ಕೈಯಲ್ಲಿ ನುರಿದು ಆ ಕಪ್ಪನ್ನು ಹಚ್ಚುವುದು. ವಾರೆವ್ಹಾ ಅಜ್ಜಿ ಎನ್ನದೆ ವಿಧಿ ಇಲ್ಲವಾಯಿತು ನನಗೆ. ಒಟ್ಟೊ ದೃಷ್ಟಿ ಆಗಲಂತೂ ಈ ಹಿರಿಯರು ಬಿಡಲೊಲ್ಲರು!

ಆದರೂ ಈ ತನಕ ನನಗೆ ಸಮಂಜಸವಾದ ಉತ್ತರ ಸಿಗದ ವಿಷಯ ಎಂದರೆ 'ದೃಷ್ಟಿ ಬೀಳುವುದು'. ಉಣ್ಣುವಾಗ ಹೊರಗಿನವರು ಬಾಳಂತಿಯನ್ನು ನೋಡಿದರೆ ಮೈಗೆ ಹಿಡಿಯುವುದಿಲ್ಲ. ಮಗು ತಿನ್ನುವಾಗ ಯಾರಾದರೂ ನೋಡಿದರೆ, ತಿಂದ ಅದೇ ವಸ್ತುವನ್ನು ಮಗುವಿಗೆ ಮೂರು ಸುತ್ತು ಸುಳಿದು ಬಿಸಾಡಬೇಕು, ಇಲ್ಲವೆಂದರೆ ಆಮೇಲೆ ಊಟ ಮಾಡಲು ಹಠ ಮಾಡುತ್ತವೆ ಎಂಬಿತ್ಯಾದಿ ಸಾವಿರ ಥರದ ದೃಷ್ಟಿ ಬೀಳುವಿಕೆಯನ್ನು ಹೇಗೆ ಹುಟ್ಟುಹಾಕಿದರು ಎಂಬ ಕುತೂಹಲ ಇನ್ನೂ ಇದೆ. ನಾನಂತೂ ನನ್ನಿಬ್ಬರು ಮಕ್ಕಳಿಗೆ ಇಲ್ಲಿಯ ತನಕ ಒಂದೇ ಒಂದು ಬಾರಿ ದೃಷ್ಟಿ ತೆಗೆದಿಲ್ಲ.. ತೆಗೆಯದೇ ಇದ್ದದ್ದಕ್ಕೆ ಸಮಸ್ಯೆಯಾದದ್ದೂ ಇಲ್ಲ.

ಮಗುವನ್ನಪ್ಪಿದ ಪಪ್ಪಗಳು!

ಸಂಪನ್ನನಿಗೆ ಎರಡು ತಿಂಗಳು ಕಳೆದಿತ್ತು. ಆ ದಿನ ನಾನು ಪುಟ್ಟ ನೇಯ್ಲ್ ಕಟರ್ ಹಿಡಿದು ಅವನ ಮಲ್ಲಿಗೆ ಮೊಗ್ಗಿನಂತಹ ಎಳೇ ಬೆರಳಲ್ಲಿ ಅರಳಿದ ಮುದ್ದಾದ ಉಗುರುಗಳನ್ನು ಕತ್ತರಿಸುತ್ತಿದ್ದೆ. ಅವನಿಗೆ ತನ್ನ ಬೆರಳುಗಳನ್ನು ಮುಖದ ಮುಂದೆ ತಂದು ನೋಡುವುದು ಫೇವರಿಟ್ ಕೆಲಸ. ಹುಟ್ಟಿ ಒಂಭತ್ತನೇ ದಿನಕ್ಕೆ ಇಂಥದ್ದೊಂದು ಅಭ್ಯಾಸ ಶುರು ಮಾಡಿದ್ದ ಅವನು ಸುಮಾರು ಆರೇಳು ತಿಂಗಳ ತನಕವೂ ಅದೆಷ್ಟು ಆಪ್ತವಾಗಿ ತನ್ನ ಬೆರಳು ನೋಡುತ್ತಿದ್ದ ಎಂದರೆ ಇರುವ ಬಹಳಷ್ಟು ಫೋಟೊಗಳಲ್ಲಿ ಅದೊಂದೇ ಪೋಸ್! ಬೆರಳಿಗೆ ಸಂಬಂಧಿಸಿದ ಎಂಥದ್ದೇ ಕೆಲಸವನ್ನು ಮಾಡಿಸಿಕೊಳ್ಳಲೂ ರೆಡಿ. ಅವನ ಪಾಲಿನ ಅಪರಂಜಿಯಂತಹ ಬೆರಳನ್ನು ಹಿಡಿದು ಉಗುರು ಕತ್ತರಿಸುವುದಂತೂ ಬಹಳ ಮಜವಾಗಿ ಕಾಣುತ್ತಿತ್ತೇನೋ? ಯಾವತ್ತೂ ಉಗುರು ಕಟ್ ಮಾಡುವಾಗ ಕಿರಿಕಿರಿ ಮಾಡಿದ್ದೇ ಇಲ್ಲ.

ಅಜ್ಜಿಗೆ ಇಂಥದ್ದೆಲ್ಲ ಸ್ವಲ್ಪ ಭಯ. "ಅಲ್ದೇ.. ಸ್ವಲ್ಪ ಜೋಪಾನ. ಉಗುರು ಕಟ್ ಮಾಡ್ತಿ ಹೇಳಿ, ಮತ್ತೇನೋ ಕಟ್ ಆಗದಲ್ಲ.." ಎಂದಳು. ಇಷ್ಟೆಲ್ಲಾ ಭಯ ಪಡುವ ಅಜ್ಜಿಯ ಕಾಲದಲ್ಲಿ ಉಗುರು ಹೇಗೆ ಕಟ್ ಮಾಡುತ್ತಿದ್ದರೋ ಎನಿಸಿ ನಾನು, "ಹೌದಜ್ಜೀ.. ನೀವೆಲ್ಲಾ ಶಿಶು ಉಗುರು ಹ್ಯಾಂಗೆ ಕಟ್ ಮಾಡ್ತಾ ಇದ್ದಿದ್ದಿ?" ಕೇಳಿದೆ. ಅಜ್ಜಿ ಮಗು ಹೆರುವ ಕಾಲದಲ್ಲಿ ಬ್ಲೇಡ್‌ಗಳು ಇದ್ದರೂ, ಅದರಲ್ಲಿ ಕಟ್ ಮಾಡಲು ಭಯವಾಗುತ್ತಿತ್ತಂತೆ. ಹಾಗಾಗಿ ಆಗಿನ ಬಹುತೇಕ ಬಾಳಂತಿಯರು ಮಗು ಮಲಗಿರುವ ಹೊತ್ತಲ್ಲಿ ಉಗುರನ್ನು ತಮ್ಮ ಬಾಯಲ್ಲಿ ಕಚ್ಚಿ ತೆಗೆಯುತ್ತಿದ್ದರಂತೆ! ನಾನು "ಶೀಈಈಈಈ..." ಎಂದೆ. "ನಿಮಗೆ ಶೀ.. ಅನ್ನಿಸ್ತು. ಆದ್ರೆ ಇಂಥದ್ದೆಲ್ಲಾ ನಮಗೆಲ್ಲಿ ಸಿಗ್ತಿತ್ತು?" ಎಂದ ಅಜ್ಜಿ ನೇಯ್ಲ್

ಕಟರ್ ಎಂಬ ಹೊಸ ಕಾಲದ ಹಳೇ ಅನ್ವೇಷಣೆಯತ್ತ ಒಮ್ಮೆ ನೋಡಿ, "ಸರಿ.. ನಮ್ ಕಾಲ ಹ್ಯಾಂಗೂ ಮುಗೀತು. ಈಗ ಅವನನ್ನ ಇಲ್ ಕೊಡು" ಎಂದು ಸಂಪನ್ನನನ್ನು ಕಾಲ ಮೇಲೆ ಮಲಗಿಸಿಕೊಂಡು ಹೊಳೆ ದಾಸವಾಳ ಬೇರಿನ ಹಾಲು ಕುಡಿಸಲಾರಂಭಿಸಿದಳು. ಚರ್ಮ ಅಲರ್ಜಿಯಾಗದಂತೆ ಕಾಪಾಡಲು ಬಹಳ ಪರಿಣಾಮಕಾರಿ ಇದು. ಅಜ್ಜಿ ಹೊಳೆ ದಾಸವಾಳದ ಬೇರನ್ನು ನೀರಿನಲ್ಲಿ ತೇಯ್ದು ಹೀಗೆ ವಾರಕ್ಕೊಮ್ಮೆ ಕುಡಿಸುತ್ತಿದ್ದಳು. ಎಳೆಯ ಶಿಶು ಎಂಬ ಕಾರಣಕ್ಕೆ ಮುಕ್ಕಾಲು ಚಮಚದಷ್ಟು ತೇಯ್ದರೆ ಸಾಕು. ಹತ್ತು-ಹನ್ನೆರಡು ಚಮಚದಷ್ಟು ನೀರಾದ ಹಾಲಿಗೆ ಇದನ್ನು ಮಿಶ್ರಣ ಮಾಡಿ ಕುಡಿಸುತ್ತಿದ್ದ ಅವಳು ಚಿಟಿಕೆಯಷ್ಟು ಮಾತ್ರ ಸಕ್ಕರೆ ಹಾಕುತ್ತಿದ್ದಳು.

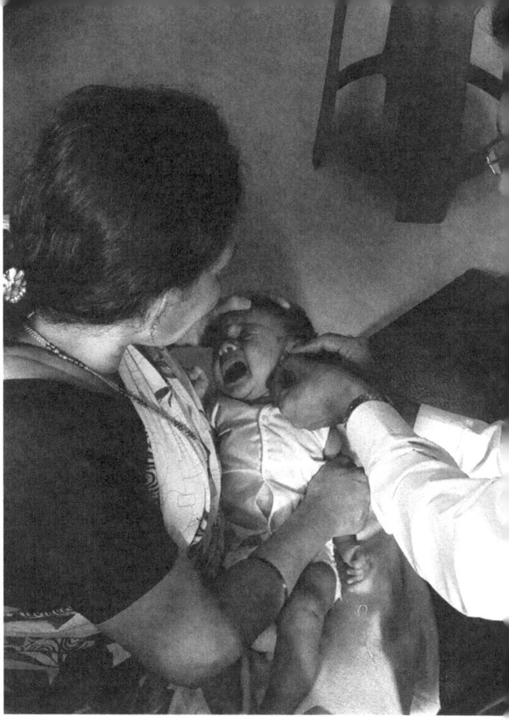

ಮಗುವಿಗೆ ಕುಡಿಸುವ ಇಂತಹ ಔಷಧೀಯ ಹಾಲುಗಳು ಸುಮಾರಿವೆ. ಸಾಮಾನ್ಯವಾಗಿ ಮಗುವಿಗೆ ಒಂದು ತಿಂಗಳು ಕಳೆದ ನಂತರ ಇವನ್ನು ಚೂರು ಚೂರೇ ಕುಡಿಸಲಾಗುತ್ತದೆ. ಚಂದನದ ಕೊರಡನ್ನು ದೇಹದ ತಂಪಿಗೆ, ವಾಂತಿ ತಡೆಯುವುದಕ್ಕೆ ಬಳಸುತ್ತಾರೆ. ಕಫ/ನೆಗಡಿಗೆ ಜ್ಯೇಷ್ಠಮಧು, ಚರ್ಮದ ಆರೋಗ್ಯಕ್ಕೆ ಬಿಲ್ವಪತ್ರೆ, ದೇಹ ಬಲಗೊಳ್ಳಲು ಬಲಾಶ್ವಗಂಧಿ, ವಿಪರೀತ ನೆಗಡಿಯಾದರೆ ಜಾಯಿಕಾಯಿ.. ಹೀಗೆ ಒಂದೊಂದು ಬೇರುನಾರಿಗೂ ಒಂದೊಂದು ಚಿಕಿತ್ಸಾ ಗುಣ. ಮೂರು ತಿಂಗಳ ಒಳಗಿನ ಶಿಶುವಿಗೆ ಇವುಗಳನ್ನು ತುಂಬಾ ಕಡಿಮೆ ಪ್ರಮಾಣದಲ್ಲಿ ಕೊಡಬೇಕು. ಹತ್ತು ಚಮಚದಷ್ಟು ನೀರು ಹಾಲನ್ನು ಒಮ್ಮೆ ಕುದಿಸಿ, ತಣ್ಣಗಾಗಿಸಿ, ಕೆನೆ ತೆಗೆದು, ಅದಕ್ಕೆ ತೇಯ್ದಿರುವ ಅರ್ಧ ಚಮಚದಷ್ಟು ಔಷಧಿಯನ್ನು ಸೇರಿಸಿ ಕುಡಿಸಬೇಕು. ಆರಂಭದಲ್ಲಿ ಇಷ್ಟೇ ಧಾರಾಳವಾಗಿ ಸಾಕಾಗುತ್ತದೆ. ಆಮೇಲೆ ಬೆಳೆಯುತ್ತಾ ಹೋದಂತೆ ಪ್ರಮಾಣವನ್ನು ಹೆಚ್ಚಿಸಬೇಕು.

ಇಂತಹ 'ಮೇಲು ಹಾಲು' ಮತ್ತು ಎದೆಹಾಲು ಕುಡಿಸಿದ ನಂತರ ಮಗುವನ್ನು ಚೆನ್ನಾಗಿ ತೇಗಿಸಲೇಬೇಕಾಗಿತ್ತು. ತೇಗು ಬರುವ ತನಕ ಅಜ್ಜಿ ಮಗುವಿನ ಬೆನ್ನು ನೀವುತ್ತಾ ಇದ್ದಳು. ಇಲ್ಲವೆಂದರೆ 'ಆನೆ ಬಂತೊಂದಾನೆ' ಎನ್ನುತ್ತಾ ಕಾಲ ಮೇಲೆ

ಮಗುವನ್ನು ವಾಲಾಡಿಸುತ್ತಿದ್ದಳು. ವಾಲಾಡುತ್ತಾ ಆ ಪುಟ್ಟ ಗಂಟಲಿಂದ 'ಏವ್..' ಎಂಬ ಒಂದು ಮಜಬೂತಾದ ಸದ್ದು ಕೇಳಿದರೆ ಸಮಾಧಾನ. ಸರಿಯಾಗಿ ತೇಗು ಬಂದಿಲ್ಲ ಎಂದರೆ ಮಕ್ಕಳು ಪದೇ ಪದೇ 'ಕಕ್ಕುತ್ತವೆ' (ವಾಂತಿ ಮಾಡಿಕೊಳ್ಳುವುದು). ಹಾಲು ಕುಡಿಯುವಾಗ ಒಳನುಗ್ಗಿದ ಗಾಳಿಯನ್ನು ಹೊರಹಾಕಿಸುವುದೇ ತೇಗಿಸುವುದರ ಹಿಂದಿನ ಉದ್ದೇಶ. ಈ ಗಾಳಿ ಹೊಟ್ಟೆಯಲ್ಲೇ ಇದ್ದಲ್ಲಿ ಮಗುವಿಗೆ ಸಣ್ಣ ಕಿರಿಕಿರಿಯಾಗಿ ನೋವು ಕಾಣಿಸಿಕೊಂಡೀತು.

ಮರುದಿನ ಸಂಪನ್ನನಿಗೆ ಕಿವಿ ಚುಚ್ಚುವ ಶಾಸ್ತ್ರ. ಆ ದಿನ ಮನೆಗೇ ಸೊನಗಾರ (ಅಕ್ಕಸಾಲಿಗ) ಕೃಷ್ಣಪ್ಪ ಬಂದಿದ್ದರು. ಬಂದವರೇ ಕಿವಿಗೆ ಹಾಕುವ ಮುರ (ಪುಟ್ಟ ಓಲೆ)ವನ್ನು ಕೊಬ್ಬರಿಯೊಂದಕ್ಕೆ ಚುಚ್ಚಿಟ್ಟರು. ಕಿವಿ ಚುಚ್ಚಿದ ಗಾಯಕ್ಕೆ ಕೊಬ್ಬರಿಯ ಜಿಡ್ಡೇ ಔಷಧವಾಗುತ್ತದೆ ಎಂದ ಅವರದ್ದು ಪಳಗಿದ ಕೈ. ಅತ್ತೆ ಪಾಪುವನ್ನು ಮಡಿಲಲ್ಲಿ ಮಲಗಿಸಿಕೊಳ್ಳುತ್ತಲೇ ಕಿವಿ ಚುಚ್ಚುವಲ್ಲೊಂದು ಗುರುತು ಮಾಡಿಕೊಂಡರು. ಮುರ ಹೇಗಿರುತ್ತದೆಂದರೆ ಅದರಲ್ಲೇ ಚುಚ್ಚುವ ಭಾಗವೂ ಇದ್ದು, ಒಮ್ಮೆ ಚುಚ್ಚಿ ಒಳಹೋಯಿತೆಂದರೆ ಆ ಉದ್ದನೆಯ ಭಾಗವನ್ನೇ ಇಕ್ಕಳದಲ್ಲಿ ಒತ್ತಿ ಲಾಕ್ ಮಾಡಿಬಿಡುತ್ತಾರೆ. ಆಮೇಲದನ್ನು ತೆಗೆಯಲು ಅವರೇ ಬರಬೇಕು. ಮೊದಲ ಕಡೆ ಚುಚ್ಚುವಾಗ ಏನು ಮಾಡುತ್ತಾರೆ ಎಂಬ ಕ್ಲೂ ಇಲ್ಲದಿರಲು ಸಂಪನ್ನ ಸುಮ್ಮನಿದ್ದ. ತನ್ನನ್ನು ಹೀಗೆ ಟ್ರ್ಯಾಪ್ ಮಾಡಿದ್ದಾರೆ ಎಂದು ಗೊತ್ತಾದ ಅವನು ಇನ್ನೊಂದು ಕಡೆ ಚುಚ್ಚುವಾಗ ಎಚ್ಚೆತ್ತುಕೊಂಡು ರಾಮಾರಂಪ ಮಾಡಿಬಿಟ್ಟಿದ್ದ. ಅಳುವಿನ ಮಧ್ಯೆಯೇ ಮೆತ್ತನೆಯ ಕಿರುಗಿವಿಯನ್ನು ಇನ್ನಷ್ಟು ಚಂದ ಮಾಡಿದ್ದೆವು. ಕಿವಿ ಚುಚ್ಚುವುದನ್ನು ಮೂರು ತಿಂಗಳ ಒಳಗೆ ಮಾಡುವುದು ಉತ್ತಮ. ಏಕೆಂದರೆ ಮಗು ಚುಚ್ಚಿದ ಜಾಗ ಮುಟ್ಟಿಕೊಂಡು ಗಾಯ ಮಾಡಿಕೊಳ್ಳುವ ಸಾಧ್ಯತೆ ಇಲ್ಲ. "ಕೊಬ್ಬರಿಎಣ್ಣೆ ಹಚ್ಚಿ. ಅಷ್ಟೇ ಸಾಕಾಗುತ್ತದೆ. ಬೇರೇನೂ ಬೇಡ. ಒಂದೇ ದಿನದಲ್ಲಿ ನೋವು ಕಡಿಮೆಯಾಗುತ್ತೆ" ಎಂದರು ಕೃಷ್ಣಪ್ಪ. 'ಕಾಲಿಗೆ ಭಾರಬೀಳಬೇಕು. ಆಗಲೇ ಗಟ್ಟಿಯಾಗುವುದು' ಎನ್ನುತ್ತಾ ಕಾಲಿಗೆ ಬೆಳ್ಳಿ ಕಡಗವನ್ನೂ ಹಾಕಿದರು. ಸೊಂಟವನ್ನು ಬೆಳ್ಳಿ 'ಉಡಿದಾರ' ಸುತ್ತಿಕೊಂಡಿತು. ಕೈಗೆ ಕಪ್ಪು–ಬಿಳಿ ಮಣಿಗಳಿರುವ ದೃಷ್ಟಿ ಬಳೆ. ಮಗುವಿನೊಂದಿಗೆ ಮುದ್ದಾಗಿ ಮಾತನಾಡುತ್ತಾ ಈ ಎಲ್ಲಾ ಆಭರಣಕ್ಕೆ 'ಪಪ್ಪ' ಎನ್ನುತ್ತೇವೆ. ಕಿವಿ ಪಪ್ಪ, ಕಾಲು ಪಪ್ಪ, ಕೈ ಪಪ್ಪ... ಹೀಗೆ..

ಕೆಲವು ಮಕ್ಕಳಿಗೆ ಕಿವಿ ಚುಚ್ಚಿದ ಜಾಗದಲ್ಲಿ ವಿಪರೀತ ನೋವಾಗಿ, ಕೆಂಪಾಗಿ ಊದಿಕೊಳ್ಳುವುದೂ ಇದೆ. ಅಂಥವರಿಗೆ ಅಜ್ಜಿಯದ್ದೊಂದು ಔಷಧಿ ಇದೆ. ಒಂದೇ ಒಂದು ಕಾಳುಮೆಣಸನ್ನು ಗಂಧ ಕಲ್ಲಿನ ಮೇಲೆ ಅರ್ಧ ಚಮಚ ಹಾಲಿನ ಜೊತೆ ತೇಯಬೇಕು. ಅದರಲ್ಲೇಳುವ ಗಂಧವನ್ನು ಚುಚ್ಚಿದ ಜಾಗಕ್ಕೆ ಹಚ್ಚಿದರೆ ಬಹಳ ಬೇಗ

ನೋವು ಮಾಯುತ್ತದೆ. ಇದನ್ನು 'ಹಾಲುಮೆಣಸು' ಎನ್ನುತ್ತಾರೆ. ಈ ಹಾಲುಮೆಣಸನ್ನು ಮಗುವಿಗೆ ಮಾತ್ರವಲ್ಲ. ದೊಡ್ಡವರ ದೇಹದ ನೋವುಗಳಿಗೂ ಸ್ವಲ್ಪ ಹೆಚ್ಚಿನ ಪ್ರಮಾಣದ ಕಾಳುಮೆಣಸು ತೇಯ್ದು ಮಾಡಿದರೆ ಬಹುಬೇಗ ನೋವು ನಿವಾರಣೆಯಾಗುತ್ತದೆ.

'ಉಡಿದಾರ ಮಾತ್ರ ಸರಿಯಾಗಿ ಕಟ್ಟು' ಎಂದು ಅಜ್ಜಿ ಯಾವಾಗಲೂ ಹೇಳುತ್ತಲೇ ಇದ್ದಳು. ಸೊಂಟದ ಬೆಳ್ಳಿದಾರ ಹೊಟ್ಟೆ ವಿಪರೀತ ಬೆಳೆಯದಂತೆ, ಸೊಂಟಕ್ಕೆ ನೀಟಾದ ಶೇಪ್ ಕೊಡುತ್ತದೆ ಎನ್ನುವುದು ಇದಕ್ಕೆ ಕಾರಣ. ಆಯುರ್ವೇದದ ಪ್ರಕಾರ ಕಿವಿ ಚುಚ್ಚುವುದರಿಂದ ಹರ್ನಿಯಾ ಮತ್ತಿತರ ರೋಗಗಳ ನಿಯಂತ್ರಣ ಸಾಧ್ಯ. ಹೆಣ್ಣು ಮಕ್ಕಳಲ್ಲಿ ಋತುಚಕ್ರವು ಸರಿಯಾದ ಸಮಯಕ್ಕೆ ಶುರುವಾಗಲು ಸಹಾಯ. ಇದಕ್ಕೆ 'ಕರ್ಣಬೇಧನ' ಎಂಬ ನೀಟಾದ ಹೆಸರೂ ಇದೆ. ಭಾರತೀಯ ತತ್ವಜ್ಞಾನಿಗಳು ಕಿವಿ ಚುಚ್ಚುವುದರಿಂದ ಬುದ್ಧಿವಂತಿಕೆಯ ಮಟ್ಟ ಬಲಗೊಳ್ಳುವ ಜೊತೆಗೆ, ಚಿಂತನಾಶಕ್ತಿ ವರ್ಧಿಸುತ್ತದೆ ಎಂದಿದ್ದಾರೆ. ಮನಸ್ಸನ್ನು ನಿಯಂತ್ರಣದಲ್ಲಿರಿಸಿ ಸಹನೆ ಹೊಂದುವುದಕ್ಕೂ ಕರ್ಣಬೇಧನ ಸಹಕರಿಸುತ್ತದೆ.

ಮಗುವಿನ ಆಟ-ಪಾಠ ಹೆಚ್ಚಾದಂತೆ ಮೃದು ಮೈಯ ತಡವಿದ ಈ ಎಲ್ಲಾ ಆಭರಣಗಳು ಅಮ್ಮನಿಗೆ ಮಾಡುವ ಉಪಕಾರ ಅಷ್ಟಿಷ್ಟಲ್ಲ. ಮಗು ಎದ್ದಾಗ ಅಳುವಿಗೂ ಮೊದಲು ಗೆಜ್ಜೆಯ ಝಲ್ ಕೇಳಿರುತ್ತದೆ. ಅಂಬೆಗಾಲಿಡುವಾಗ, ನಡೆಯಲು ಶುರು ಮಾಡಿದಾಗ, ಕಳ್ಳಕೃಷ್ಣ ತಂಟೆ ಮಾಡಲು ಹೊರಟಾಗ ಸಿಕ್ಕಿಬೀಳಿಸುವುದು ಈ ಗೆಜ್ಜೆಯೇ!

ಬಾಳಂತಿ ಪುರಾಣ 17

ಕಾಯಿಕಡುಬೆಂಬ ಮೋಹ

ಬಾಳಂತಿ ಪಥ್ಯ ಎನ್ನುವುದು ಸರ್ವೇಸಾಮಾನ್ಯ ಪದ. ಪಥ್ಯ ಎಂದ ಕೂಡಲೇ ಸತ್ವಯುತವಾದ ಆಹಾರ ಕೊಡದೆ, ತರಕಾರಿ ಅಡುಗೆ ಮಾಡದೆ, ಗೊಡ್ಡು ಗಂಜಿ-ಕಾಳುಮೆಣಸಿನ ಸಾರಷ್ಟೇ ತಿನ್ನಿಸುತ್ತಾರೆ ಎನ್ನುವುದು ಶುದ್ಧ ಸುಳ್ಳು. ಕೊನೇ ಪಕ್ಷ ನನ್ನಜ್ಜಿ ಮಾಡಿದ ಬಾಣಂತನದಲ್ಲಂತೂ ಸುಳ್ಳೇ ಸುಳ್ಳು. ಮೂರು ತಿಂಗಳ ಅವಧಿಯಲ್ಲಿ ನಾನು ತಿಂದದ್ದೆಲ್ಲವೂ ಜಗತ್ತಿನ ಸರ್ವಶ್ರೇಷ್ಠ ಆಹಾರ. ಫಿಟ್‌ನೆಸ್ ಬಗ್ಗೆ ಗಮನ ಕೊಡುವ ನನ್ನನ್ನು ಹೆಚ್ಚಿನ ವ್ಯಾಯಾಮವೇ ಇಲ್ಲದೆ ಸಣ್ಣಗೆ ಮಾಡುವುದರ ಜೊತೆಗೆ, ಚರ್ಮಕ್ಕೆ ಹೊಳಪನ್ನೂ ಕೊಟ್ಟು, ಮಗುವನ್ನು ಸಾಕಲು ಬೇಕಾದ ಸಕಲ ಶಕ್ತಿಯನ್ನೂ ಕೊಟ್ಟಿತ್ತು ಎಂದು ಅಜ್ಜಿಯನ್ನು ಹೆಮ್ಮೆಯಿಂದ ಹೊಗಳಿ ಅಟ್ಟಕ್ಕೇರಿಸಬಲ್ಲೆ.

ಬೆಳಗಿನ ಜಾವದಲ್ಲಿ ಈ ಹಿಂದೆ ತಿಳಿಸಿದ ಬೀಸಿ-ಕಾಸಿದ ಔಷಧವನ್ನು ಎರಡು ತಿಂಗಳು ನಿರಂತರ ಕುಡಿದಿದ್ದೆ. ಸಂಪೂರ್ಣ ನಾರು, ಬೇರು, ಗಿಡಮೂಲಿಕೆ, ಹಾಲು-ತುಪ್ಪ ಒಳಗೊಂಡ ಪೌಷ್ಠಿಕ ಪೇಯ ಇದು. ಎರಡು ತಿಂಗಳಾದ ಮೇಲೆ ಈ ಹೊತ್ತಿಗೆ ಶುಂಠಿ ಉಂಡೆ/ಅಂಟಿನುಂಡೆ ಜೊತೆಗೆ ಒಂದು ಲೋಟ ಹಾಲು. ಉಂಡೆಗಳ ತಯಾರಿಸಲು ಹಾಕುವ ಸಾಮಾಗ್ರಿಗಳು ಅಷ್ಟೇ ಸತ್ವದಿಂದ ಕೂಡಿದ್ದು. ಅಂಟಿನುಂಡೆಯನ್ನಂತೂ ಐದು ತಿಂಗಳ ತನಕ ತಿನ್ನುವಷ್ಟು ಮಾಡಿದ್ದಳು ಅಜ್ಜಿ. ಬಾದಾಮಿ, ದ್ರಾಕ್ಷಿ, ಬಾಳಂತಿ ಅಂಟು, ಇನ್ನೂ ಹಲವು ಸಾಮಗ್ರಿ ಸೇರಿ ತಯಾರಾದ ಈ ಉಂಡೆಯ ರುಚಿಯ ಬಗ್ಗೆ ಪ್ರತ್ಯೇಕವಾಗಿ ಹೇಳಬೇಕಿಲ್ಲ. ಜೊತೆಗೆ ಕಸುವು ಕಳೆದ ದೇಹಕ್ಕೆ ಚೈತನ್ಯ ಕೊಡಬಲ್ಲ ಶಕ್ತಿಯುಳ್ಳದ್ದು.

ನಂತರದ್ದು ಬೆಳಗಿನ ತಿಂಡಿ. ನಾನಂತೂ 'ಬೆಳಗಿನ ಮೆನ್ಯೂ' ಏನೆಂದು ರಾತ್ರಿಯೇ ಚಿಕ್ಕ ಮಕ್ಕಳಂತೆ ಕೇಳಿಟ್ಟುಕೊಳ್ಳುತ್ತಿದ್ದೆ. 'ನೋಡನ. ಎಂತಾದ್ರೂ ಮಾಡಿರಾತು' ಎಂದು ಅಜ್ಜಿ ಬೇಕೆಂದೇ ನೀರಸವಾಗಿ ಉತ್ತರಿಸಿದವಳು ಬೆಳಿಗ್ಗೆ ಡಬಲ್ ಉತ್ಸಾಹದಿಂದೆದ್ದು ಯಮ್ಮಿ ಯಮ್ಮಿ ತಿಂಡಿ ತಯಾರಿಸುತ್ತಿದ್ದಳು. ಮೆಂತೆ ಗಂಜಿ, ಕಾಯಿಗಂಜಿ, ಜೀರಿಗೆ ಗಂಜಿ, ಕಂಚಿಸೊಪ್ಪಿನ ಗಂಜಿ.. ಹೀಗೆ ಬಾಳಂತಿಗೆಂದೇ ಥರಹೇವಾರಿ ಗಂಜಿ ಮಾಡುತ್ತಿದ್ದಳು. ಇದಕ್ಕೆ ಎರಡು ಚಮಚ ಹೆಚ್ಚೇ ತುಪ್ಪ ಹಾಕಿ ತಿನ್ನಲು ಕೊಡುತ್ತಿದ್ದಳು ಎಂದ ಮೇಲೆ ರುಚಿ ಕೇಳಬೇಕೆ? ಶಿಶು ನೋಡಲು ಬಂದಾಗೆಲ್ಲಾ ನನ್ನ ಯಜಮಾನರು ಮನೆಮಂದಿಗೆ ಮಾಡಿದ ದೋಸೆ–ಇಡ್ಲಿಗಳನ್ನು ತಿನ್ನದೆ ಈ ಬಾಳಂತಿ ಗಂಜಿಯನ್ನೇ ಹಾಕಿಸಿಕೊಳ್ಳುತ್ತಿದ್ದರು. ಒಂದೊಂದು ಗಂಜಿಗೆ ಒಂದೊಂದು ಔಷಧೀಯ ಗುಣವೂ ಇರುವುದು ವಿಶೇಷ. ಈ ಗಂಜಿ ಬಾಳಂತಿ ಶರೀರದಲ್ಲಿ ಚೆನ್ನಾಗಿ ಜೀರ್ಣವಾಗುವುದಲ್ಲದೆ, ಎದೆಹಾಲಾಗಲು, ದೇಹದ ನಂಜು ತೆಗೆಯಲು ಸಹಕರಿಸುವಂಥದ್ದು.

ಬರೀ ಗಂಜಿಯಷ್ಟೇ ಅಲ್ಲ. ಈರುಳ್ಳಿ ಹೆಚ್ಚಿ, ಬೆಲ್ಲ ಹಾಕಿ, ಗೋಧಿ ಹಿಟ್ಟಿನಿಂದ ಸಿಹಿಯಾದ ದೋಸೆ ಮಾಡುತ್ತಿದ್ದಳು ಅಜ್ಜಿ. ಇದನ್ನು ಎಲೆ ಹೋಳಿಗೆ ಎನ್ನುತ್ತಾರೆ. ಬಾಳೆ ಎಲೆಯಲ್ಲಿ ತಟ್ಟಿ ಕಾವಲಿಯ ಮೇಲೆ ಹಾಕುವಾಗ ಇದರಿಂದೊಂದು ಅದ್ಭುತ ಘಮ ಹೊರಸೂಸುತ್ತದೆ. ಹಳ್ಳಿ ಬಾಳಂತಿಯರ ತಿನಿಸು ಗೊಡ್ಡು ಎನ್ನುವವರನ್ನೊಮ್ಮೆ ಈ ಎಲೆಹೋಳಿಗೆಯ ಮುಂದೆ ಕೈಕಾಲು ಕಟ್ಟಿ ನಿಲ್ಲಿಸಿ ಪರಿಮಳ ಹೀರಲಷ್ಟೇ ಅವಕಾಶ ಕೊಡಬೇಕು! ತುಪ್ಪ ಹಾಕಿ ಎರಡೇ ಎರಡು ದೋಸೆ ತಿನ್ನುವಾಗ ಹೊಟ್ಟೆಯೂ ತುಂಬುತ್ತದೆ, ರಸಗ್ರಂಥಿಗಳು ದೀರ್ಘ ತೇಗಿನೊಂದಿಗೆ ತೃಪ್ತಿಯನ್ನೂ ಹೊಂದುತ್ತವೆ. ಎರಡು ತಿಂಗಳು ಕಳೆದ ನಂತರ ಗೋಧಿ ಹಿಟ್ಟಿನ ಜೊತೆ, ಹುರಿದ ಅಕ್ಕಿಯ ಹಿಟ್ಟನ್ನೂ ಮಿಶ್ರಿಸಿ ಎಲೆ ಹೋಳಿಗೆ ಮಾಡುತ್ತಾರೆ. ಅದರ ರುಚಿ ಇನ್ನೂ ಒಂದು ಕೈ ಹೆಚ್ಚು.

'ಗೋಧಿ ಮಗಚು' ಎಂಬ ಮತ್ತೊಂದು ತಿಂಡಿ ಇದೆ. ಗೋಧಿ ಹಿಟ್ಟನ್ನು ತುಪ್ಪದಲ್ಲಿ ಚೆನ್ನಾಗಿ ಹುರಿದು ಮಾಡುವ ಈ ತಿಂಡಿ ಒಂಥರಾ ಗೋಧಿ ಹಲ್ವದ ತೆಳುರೂಪ. ಹಾಗೆಯೇ ಮೆಂತೆಕಾಳಿನಿಂದ ಮಾಡುವ 'ಮೆಂತೆ ಮಗಚು' ಕೂಡಾ ಅಷ್ಟೇ ರುಚಿಕರ ತಿನಿಸು. ಯಾವ ಸ್ಟಾರ್ ಹೊಟೇಲಿನಲ್ಲೂ ಯಾರೂ ಇದನ್ನು ಮಾಡಿರಲಾರರು. ತಿನ್ನುವುದು ದೂರದ ಮಾತೇ. ಇದರ ಜೊತೆಗೆ ರವೆಯ ಸಿಹಿ ಉಪ್ಪಿಟ್ಟನ್ನೂ ಬೆಳಗಿನ ಉಪಾಹಾರಕ್ಕೆ ಕೊಡುತ್ತಿದ್ದಳು.

ಹೊಟ್ಟೆಗೆ ಆಹಾರ ಹೋದ ಕೂಡಲೇ ಸ್ವಲ್ಪ ಹೊತ್ತು ಹೊದ್ದು ಮಲಗಬೇಕಾಗಿದ್ದು ಅಜ್ಜಿ ಮಾಡಿದ್ದ ರೂಲ್ಸ್. 'ತಿಂದದ್ದೆಲ್ಲಾ ಚೆನ್ನಾಗಿ ಮೈಗೆ ಹಿಡೀತು' ಎನ್ನುವುದು ಅವಳ ತರ್ಕ. 'ಉಂಡು ನೂರಡಿ ನಡೆದು..' ಎಂಬ ಎಲ್ಲರಿಗಿರುವ ಗಾದೆ ಬಾಳಂತಿಗಿಲ್ಲವಂತೆ. ಹೊಟ್ಟೆಗೆ ಆಹಾರ ಬಿದ್ದ ಕೂಡಲೇ ದಡಬಡಿಸಿ ಓಡಾಡಬಾರದು. ಹೊದ್ದು ಮಲಗಿದರೆ

ತಿಂದದ್ದೆಲ್ಲ ಮೈಗೆ ಹಿಡಿಯುತ್ತದೆ ಎನ್ನುವಾಗ ನಾನು, 'ತಿಂದು- ಮಲಗಿ ಆಮೇಲದು ಮೈಗೆ ಹಿಡಿಯುವ ಬದಲು ತಿಂಡಿಯನ್ನೇ ಮೈಗೆ ಹಚ್ಚಿಕೊಳ್ಳಲೇ? ಹೇಗಿದ್ದರೂ ತಮ್ಮ ಗೋಧಿ ಮಗಚು ಹಚ್ಚಿಕೊಳ್ಳಲು ಯೋಗ್ಯವಾಗಿದೆ' ಎಂದು ನಾಟಕೀಯವಾಗಿ ಆ್ಯಕ್ಷನ್ ಮಾಡಿದರೆ ನನ್ನ ಮೊಳ್ಳಾಟ ನೋಡಿ ಅಜ್ಜಿ 'ಸುಮ್ಮನೆ ಮಲಗು' ಎಂದು ನಗುತ್ತಾ ಬೆಡ್ ಶೀಟ್ ಹೊದೆಸಿ ಹೋಗುತ್ತಿದ್ದಳು.

ನಂತರದ್ದು ಮಧ್ಯಾಹ್ನದ ಊಟ. ಆಹಾರ ಬಿಸಿ ಇದ್ದಾಗಲೇ ಸೇವಿಸಬೇಕು ಎಂಬುದು ಬಾಳಂತಿಗೆ ಕಡ್ಡಾಯ. ಕುಕ್ಕರಲ್ಲಿ ಕೂಗಿಸದ, ಬಾಳಂತಿಗೆಂದೇ ಪ್ರತ್ಯೇಕವಾಗಿ ಪಾತ್ರೆಯಲ್ಲಿ ಬೇಯಿಸಿ ಮಾಡಿದ ಮೆತ್ತನೆಯ ಅನ್ನಕ್ಕೆ ಕಲಸಿಕೊಳ್ಳಲು ನಿತ್ಯವೂ ಬೇರೆ ಬೇರೆ ಬಗೆಯ ಪದಾರ್ಥಗಳು. ಕಾಳುಮೆಣಸಿನ ಸಾರು, ದುಂಡುಮಲ್ಲಿಗೆ ಸೊಪ್ಪಿನ ಪೋಳುದ್ಯ (ಸಾರಿನಂತೆ ತೆಳ್ಳಗಿರದೆ ಕೊಂಚ ಮಂದವಾಗಿರುತ್ತದೆ), ಅರಶಿನ ಕೊಂಬಿನ ಕಟ್ನೆ (ಚಟ್ನಿಯದ್ದೇ ಮತ್ತೊಂದು ರೂಪ), ಕಂಚಿಸೊಪ್ಪು ಮತ್ತು ಕಂಚಿಕಾಯಿಯ ಕಟ್ನೆ, ಮಿಟ್ಲೆ ಸೊಪ್ಪಿನ ಚಟ್ನಿ, ಮೆಂತೆ ಸೊಪ್ಪಿನ ಪಲ್ಯ, ಮೆಂತೆ ಕಟ್ನೆ/ಸಾರು, ಸೋರ್ಲೆ ಕುಡಿ ಚಟ್ನಿ/ಪೋಳುದ್ಯ... ಹೀಗೆ ಹಲವು ಬಗೆಯ ಔಷಧೀಯ ಎಲೆಗಳು ಮಧ್ಯಾಹ್ನದ ಊಟದ ಜೊತೆಗೆ ಖಾಯಂ. ಆಮೇಲೆ ಗಟ್ಟಿ ಮೊಸರು. ನನಗಾಗಿಯೇ ಪ್ರತ್ಯೇಕವಾಗಿ ಅತ್ತೆ ಹಾಲಿಗೆ ಹೆಪ್ಪು ಹಾಕುತ್ತಿದ್ದರು. ಅವರು ಮಾಡುವ ಆ ಗಟ್ಟಿ ಮೊಸರಿಗೆ ಐಸ್ ಕ್ರೀಮಿನ ಅಪ್ಪನಂತಹ ರುಚಿ.

ರಾತ್ರಿಗೂ ಇಂಥದ್ದೇ ಊಟ. ಇಲ್ಲವೆಂದರೆ ಅಜ್ಜಿ ಥರಥರದ ರೈಸ್ ಐಟಂಗಳನ್ನು ಮಾಡುತ್ತಿದ್ದಳು. ಬೆಳ್ಳುಳ್ಳಿ ಅನ್ನ, ಈರುಳ್ಳಿ ಅನ್ನ, ಮೆಂತೆ ಅನ್ನ, ಸಬ್ಬಸಿಗೆ ಸೊಪ್ಪಿನ ಅನ್ನ, ಜೀರಿಗೆ ಅನ್ನ.. ಏನೇ ತಿಂದರೂ ಅದಕ್ಕೆ ಮೇಲಿಂದ ಮೂರ್ನಾಲ್ಕು ಚಮಚ ತುಪ್ಪ ಅಂತೂ ಬಿದ್ದೇ ಬೀಳುತ್ತಿತ್ತು. ನಮ್ಮ ಬಾಣಂತನದ ಅವಿಭಾಜ್ಯ ಅಂಗ ಈ ತುಪ್ಪ. ಬಾಳಂತಿ ಅಡುಗೆಯ ರುಚಿ ಅರ್ಧ ಹೆಚ್ಚಲು ಇದೇ ಕಾರಣ. ಆಯುರ್ವೇದ ವೈದ್ಯರೊಬ್ಬರು ದಿನನಿತ್ಯ ಮೂರು ಸೌಟಿನಷ್ಟಾದರೂ ತುಪ್ಪ ಬಾಳಂತಿ ಹೊಟ್ಟೆಗೆ ಹೋಗಲೇಬೇಕು ಎಂದು ಮೊದಲ ಬಾಣಂತನದಲ್ಲಿ ನನಗೆ ಹೇಳಿದ್ದರು. ಆಹಾರಕ್ರಮ ಸರಿಯಾಗಿದ್ದರೆ

ತುಪ್ಪ ತಿಂದು ಮೈ ಬರುತ್ತದೆ ಎಂಬುದು ಕೂಡಾ ಶುದ್ಧ ಸುಳ್ಳೇ. ಜೀರ್ಣಕ್ರಿಯೆ ಚೆನ್ನಾಗಿ ಆಗಲು ತುಪ್ಪ ಸಹಕರಿಸುವ ಜೊತೆಗೆ ಗಾಯಗಳನ್ನು ಬಹುಬೇಗ ಗುಣಪಡಿಸುವ ಶಕ್ತಿ ತುಪ್ಪಕ್ಕಿದೆ.

ದಿನಕ್ಕೆರಡು ಬಾರಿ ಸುಣ್ಣ ಹಚ್ಚಿದ ಎಲೆಯ ಜೊತೆ ಅಡಿಕೆ ಮಡಚಿ ಕೊಡುವುದನ್ನು ಮಾತ್ರ ಅಜ್ಜಿ ಎಂದೂ ಮರೆತದ್ದಿಲ್ಲ. ಹಿಂದೆಲ್ಲಾ ಐದಾರು ಬಾರಿಯಾದರೂ ಬಾಳಂತಿ ಕವಳ ಹಾಕಬೇಕಾಗಿತ್ತಂತೆ. ನಮಗೆ ಈಗ ಕ್ಯಾಲ್ಸಿಯಂ ಮಾತ್ರೆಗಳು ಇರುವ ಕಾರಣ ಕವಳದ ಅವಶ್ಯಕತೆ ಇರುವುದಿಲ್ಲ. ಆದರೆ ಎಷ್ಟು ಸ್ವಾಭಾವಿಕ ವಿಧಾನದಲ್ಲಿ ಕ್ಯಾಲ್ಸಿಯಂ ದೇಹ ತಲುಪುವಂತೆ ಆಗಿನ ಬಾಣಂತನ ರೂಪುಗೊಂಡಿತ್ತು ಎಂಬುದನ್ನು ನೆನೆದಾಗ ಹಿಂದಿನವರ ಕ್ರಮಗಳ ಬಗ್ಗೆ ಗೌರವ ಮೂಡುತ್ತದೆ.

ಒಂದು ತಿಂಗಳು ಕಳೆಯುತ್ತಿದ್ದಂತೆ ಸ್ವಲ್ಪವೇ ತರಕಾರಿ ಹೋಳುಗಳನ್ನು ಹಾಕಲು ಶುರು ಮಾಡಿದ್ದಳು ಅಜ್ಜಿ. ಎರಡು ತಿಂಗಳಾದ ಮೇಲೆ ಆ ಪ್ರಮಾಣ ಹೆಚ್ಚಿಸಿದ್ದಳು. 'ಬಾಣಂತನ ಬೇಗ ಮುಗಿದು, ಯಾವಾಗ ಬೇರೆ ಆಹಾರಗಳನ್ನು ತಿನ್ನುತ್ತೇವೋ ಎನಿಸುತ್ತದೆ' ಎಂದು ಹೇಳುವುದನ್ನು ಕೇಳಿದ್ದೇನೆ. ನನಗ್ಯಾವತ್ತೂ ಹಾಗನಿಸಿದ್ದೇ ಇಲ್ಲ. ಆದರೆ 'ಕಾಯಿಕಡುಬು' ಮೆಲ್ಲುವ ಚಪಲ ಆಗಾಗ ಆಗುತ್ತಿತ್ತು. ಅದಕ್ಕೂ ಕಾರಣವಿದೆ. ಗರ್ಭಿಣಿಯಲ್ಲಿ ತಿನ್ನಬೇಕೆಂದು ಬಹಳ ತೀವ್ರವಾಗಿ ಆಸೆ ಪಟ್ಟಿದ್ದರೂ ಸಾಧ್ಯವಾಗಿರಲಿಲ್ಲ. ಹೆರಿಗೆಗೆ ಇಪ್ಪತ್ತು ದಿನ ಮೊದಲು ಊರಿಗೆ ಹೋದಾಗ ಅತ್ತೆ ಮಾಡಿಕೊಡುತ್ತಾರೆ ಎಂಬ ಯೋಜನೆ ಫಿಕ್ಸ್ ಆಗಿತ್ತು. ಆದರೆ ಅವಸರದಲ್ಲಿ ಹುಟ್ಟಿದ ಈ ಸಂಪನ್ನ ಹೋಗುತ್ತಲೇ ನನ್ನ ಬಾಳಂತಿ ಮಾಡಿಬಿಟ್ಟಿದ್ದನಲ್ಲ. ಹಾಗಾಗಿ ಕಾಯಿಕಡುಬೊಂದು ಮಿಸ್ ಆಗಿಬಿಟ್ಟಿತ್ತು. ಬಾಳಂತಿ ತಿನಿಸುಗಳ ಬಯಸಿದರೆ ಎದೆಹಾಲು ಬತ್ತಿ ಹೋಗುತ್ತದೆ ಎಂಬುದು ಹಳಬರ ನಂಬುಗೆ. ಅಜ್ಜಿ ಬಳಿ, 'ಕಾಯಿಕಡುಬು ಯಾವಾಗ ತಿನ್ನದೇ?' ಎಂದು ಪದೇ ಪದೇ ಕೇಳುತ್ತಿದ್ದೆ. 'ಮೂರು ತಿಂಗ್ಳು ಬಿಟ್ಟು ಏನಾದ್ರೂ ತಿನ್ನು. ನಂಜಾದ್ರೆ ಏನು ಮಾಡ್ತೆ?' ಎನ್ನುತ್ತಾ ಅವಳು ಹೇಳಿದ ಮಾತು ಬಹುದೊಡ್ಡ ಜೀವನ ಸತ್ಯವನ್ನೂ ನನ್ನೆದುರಿಟ್ಟಿತ್ತು. 'ಜೀವಮಾನ ಇಡೀ ಇಂಥಾ ನೂರು ಬಗೆ ತಿನ್ನದು ಇದ್ದೇ ಇರ್ತು. ಮನುಷ್ಯಂಗೆ ಇವತ್ತಿನ ಆಸೆನೇ ಹೆಚ್ಚು ನೋಡು. ಆಮೇಲೆ ಗಟ್ಟಿಮುಟ್ಟಾಗಿ ಇರದು ಬ್ಯಾಡ್ದಾ?' ಆ ಮಾತು ನನ್ನ ಮೇಲೆ ಎಷ್ಟು ಪರಿಣಾಮ ಬೀರಿತ್ತೆಂದರೆ ಬಾಣಂತನ ಮುಗಿಯುವ ತನಕ ಕಾಯಿಕಡುಬು ಯಾವಾಗ ತಿನ್ನುವುದೆಂದು ಕೇಳಲಿಲ್ಲ.

ಬಾಳಂತಿ ಪುರಾಣ 18

ಇಬ್ಬರನ್ನು ಸಂಭಾಳಿಸುವ ಕಲೆ

ನನಗೆ ಎರಡನೆಯ ಕಂದ ಹುಟ್ಟಿದ ನಂತರ ತುಂಬಾ ಜನ ಕೇಳಿದ ಪ್ರಶ್ನೆ- 'ಎರಡು ಮಕ್ಕಳನ್ನು ಹೇಗೆ ನಿಭಾಯಿಸುತ್ತೀಯಾ?' ಖಂಡಿತ ಸುಲಭದ ಕೆಲಸವಂತೂ ಅಲ್ಲ. ಹಾಗಂತ ಒಂದಷ್ಟು ಉಪಾಯ ಮಾಡುತ್ತಾ ಹೋದರೆ ತೀರಾ ಕಷ್ಟವೂ ಅಲ್ಲ. ಅಮ್ಮನ ತಾಳ್ಮೆ ಮತ್ತು ಜಾಣತನವೇ ಇಲ್ಲಿ ಮುಖ್ಯ.

ನನ್ನ ಬಾಣಂತನ ಊರಲ್ಲಾದ ಕಾರಣ ಸಾರ್ಥಕನಿಗೆ ಮೂರು ತಿಂಗಳು ಶಾಲೆಗೆ ರಜೆ ಹಾಕಲೇಬೇಕಾಗಿತ್ತು.. ಅವನು ಒಂದನೇ ಕ್ಲಾಸು. ಹೊಸ ಶಾಲೆ, ಹೊಸ ಥರಹದ ಪಾಠಗಳು. ಅದು ಆಗಸ್ಟ್ ತಿಂಗಳಾದ ಕಾರಣ ಆಗಷ್ಟೇ ಶುರುವಾಗಿದ್ದ ತರಗತಿಗಳು. 'ಅಷ್ಟೆಲ್ಲಾ ದಿನ ರಜೆ ಹಾಕಿಸಿದರೆ ಹೇಗೆ ನೋಟ್ಸ್ ಕಂಪ್ಲೀಟ್ ಮಾಡಿಸೋಕಾಗುತ್ತೆ?' 'ಇಲ್ಲೇ ಬಾಣಂತನ ಮಾಡಿಸಿಕೊಳ್ಳೋಕೆ ಆಗಲ್ವಾ?', 'ಎಳೇ ಶಿಶು ನೋಡಿಕೊಂಡು ಅವನಿಗೆ ಓದಿಸೋಕೆ ನಿನ್ನಿಂದಾಗುತ್ತಾ?' ಇಂಥಾ ಹಲವಾರು ಪ್ರಶ್ನೆಗಳನ್ನು ಎದುರಿಸಿದ್ದೆ. 'ಸಾರ್ಥಕನೇನೂ ಪಿಎಚ್‌ಡಿ ಮಾಡ್ತಾ ಇಲ್ಲ. ಇನ್ನೂ ಒಂದನೇ ಕ್ಲಾಸು. ಹೇಗಾದರೂ ಮಾಡಿದರಾಯಿತು' ಎಂದು ಮೇಲಿಂದ ಹೇಳಿದರೂ ಒಳಗೊಳಗೇ ಕೊಂಚ ಆತಂಕವಿದ್ದದ್ದು ಸುಳ್ಳಲ್ಲ. ಆದರೆ ರಾಜರಾಜೇಶ್ವರಿ ನಗರದ 'ಶ್ರೀ ಜ್ಞಾನಾಕ್ಷಿ ವಿದ್ಯಾನಿಕೇತನ' ಶಾಲೆಯ ಪ್ರಾಂಶುಪಾಲರು, ಶಿಕ್ಷಕಿಯರು ಸಹಕರಿಸಿದ ರೀತಿಯನ್ನಂತೂ ಮರೆಯಲಾಗದು. ಮೂರು ತಿಂಗಳು ರಜೆ ಕೊಡುವಾಗ ಪ್ರಿನ್ಸಿಪಾಲ್ ಜಯಲಕ್ಷ್ಮಿ ಮೇಡಂ 'ಹೇಗೆ ಓದಿಸುತ್ತೀರಿ?' ಕೇಳಿದರು. 'ಪೇರೆಂಟ್ಸ್ ಜೊತೆ ಕಾಂಟ್ಯಾಕ್ಟ್‌ನಲ್ಲಿರ್ತೀನಿ. ನೋಟ್ಸ್‌ಗಳ ಫೋಟೊ ವಾಟ್ಸ್ಯಾಪ್ ಮಾಡಿಸಿಕೊಳ್ತೀನಿ" ಎಂದೆ. ನೀಟಾಗಿ ಬರೆಯುವ ಕ್ಲಾಸ್‌ಮೇಟ್ ವರ್ಷಿಣಿಯ ಅಮ್ಮನ ನಂಬರ್ ಕೊಟ್ಟರು ಚಂದ್ರಿಕಾ ಮೇಡಂ. ಪಾಠಗಳು

ಮುಗಿಯುತ್ತಿದ್ದಂತೆ ವರ್ಷಿಣಿ ಅಮ್ಮ ಕಾವ್ಯ ನನಗೆ ನೋಟ್ಸ್ ಕಳಿಸುತ್ತಿದ್ದರು. ಅಲ್ಲಿಗೆ ದೊಡ್ಡ ಸಮಸ್ಯೆ ಮುಗಿದಿತ್ತು. ಆದರೆ ಅದನ್ನೆಲ್ಲಾ ಬರೆಸಬೇಕಲ್ಲ? ಇವೆಲ್ಲಕ್ಕಿಂತ ಅದೇ ದೊಡ್ಡ ಸಮಸ್ಯೆಯಾಗಿತ್ತು.

ಆರಂಭದ ಇಪ್ಪತ್ತು ದಿನ ಏನೂ ಬರೆಸಲಾಗಿರಲೇ ಇಲ್ಲ. ಅವನಿಗೂ ರಜೆಯ ಮೂಡ್ ಬಂದು ಬಿಟ್ಟಿತ್ತು. ಹೀಗೇ ಬಿಟ್ಟರೆ ಆಮೇಲೆ ಪೇಜ್‌ಗಟ್ಟಲೆ ಬರೆಯುವುದು ಕಷ್ಟ ಎಂದು ಬಾಳಂತಿ ಹಾಸಿಗೆಯ ಒಂದು ತುದಿಗೆ ಅವನ ಬರೆಯುವ ಪುಸ್ತಕಗಳನ್ನು ಇರಿಸಿದೆ. ಬೆಳಿಗ್ಗೆ ಮತ್ತು ಸಂಜೆ ಒಂದೊಂದು ತಾಸು ಶಾಲೆಯಾಟ ಆಡಲು ಶುರು ಮಾಡಿದೆವು. ಹಾಗೆ ಶಾಲೆಯಾಟದಲ್ಲಿ ಎಲ್ಲಾ ನೋಟ್ಸ್ ಮುಗಿಸುತ್ತಾ ಬಂದೆವು. ಒಂದು ಕೈಯಲ್ಲಿ ಸಂಪನ್ನನಿಗೆ ಹಾಲೂಡಿಸಿದರೆ ಮತ್ತೊಂದು ಕಡೆ ಸಾರ್ಥಕನಿಗೆ ಬರೆಸುವುದು. ಮೂರು ತಿಂಗಳು ಮುಗಿಯುವ ತನಕವೂ ಅವನಿಗೆ ಹೀಗೇ ಬರೆಸಿದ್ದೇ.

ರಾತ್ರಿ ಸಾರ್ಥಕ ಮಲಗುವಾಗ ಪಕ್ಕದಲ್ಲಿ ನಾನೂ ಮಲಗುವುದು ರೂಢಿ. ಹಾಡಂತೂ ಬೇಕೇ ಬೇಕು. ಆದರೆ ಪಾಪು ಹುಟ್ಟಿದ ದಿನದಿಂದ ಇದ್ದಕ್ಕಿದ್ದಂತೆ ಅದವನಿಗೆ ಮಿಸ್ ಆಗಿಬಿಟ್ಟಿತ್ತು. ಇಡೀ ದಿನ ಹೆಚ್ಚು ಸಿಗದ ಅಮ್ಮ, ರಾತ್ರಿ ಮಲಗುವಾಗಲೂ ಇಲ್ಲ ಎನ್ನುವುದನ್ನು ವಿಪರೀತ ಫೀಲ್ ಮಾಡಿಕೊಂಡಿದ್ದ. ಅವನಿಗೆ ಚೆನ್ನಾಗಿ ತಿಳಿಹೇಳಿದರೆ ಎಲ್ಲವೂ ಅರ್ಥವಾಗುತ್ತದೆಯಾದರೂ, ಈ ವಿಚಾರದಲ್ಲಿ ಎಲ್ಲಾ ಗೊತ್ತಾದರೂ ಮನಸ್ಸಿಗದು ಹಿಡಿಸುತ್ತಿರಲಿಲ್ಲ. ಮಧ್ಯರಾತ್ರಿ ಬೆಚ್ಚಿಬಿದ್ದು ಎದ್ದು ಕೂತು ಅಳುವುದು ಶುರುವಾಗಿತ್ತು. ಕೊನೆಗೆ ಅವನಿಗೆ ನಿದ್ರೆ ಬರುವ ತನಕ ನಾನವನ ಪಕ್ಕದಲ್ಲೇ ಮಲಗಲು ಶುರು ಮಾಡಿದ ಮೇಲೆ ಸಮಸ್ಯೆ ಕೊಂಚ ಕಡಿಮೆಯಾಯಿತು.

ನನ್ನನ್ನು ಅಂಟಿಕೊಂಡಿರುತ್ತಿದ್ದ ಸಾರ್ಥಕ ಬಾಣಂತನದ ಪ್ರತಿ ಹಂತವನ್ನು

ನನ್ನಷ್ಟೇ ಅನುಭವಿಸಿದವನು. ನಾನು ಎಣ್ಣೆ ಹಚ್ಚಿ ಕೂತಲ್ಲೂ, ಬಿಸಿನೀರು ಸ್ನಾನ ಮಾಡುವಾಗಲೂ, ಕೆಂಡ ಕಾಸುವಾಗಲೂ ಸದಾ ಜೊತೆಗೆ. ಎಣ್ಣೆ ಹಚ್ಚಿ ಕೂರುವ ಸಮಯ ಅವನಿಗೆ ಸಖತ್ ಮಜಾ ಟೈಮ್ ಅಂತೆ. ಯಾಕೆಂದರೆ ನನಗೂ ಮಾಡಲು ಏನೂ ಕೆಲಸವಿಲ್ಲದೆ ಸುಮ್ಮನೆ ಕೂತಿರುವ ಆ ಹೊತ್ತಲ್ಲಿ ಅವನಿಗೆ ಕಥೆಗಳನ್ನು ಹೇಳುತ್ತಿದ್ದೆ. ಎಣ್ಣೆ ಹಚ್ಚಿಕೊಳ್ಳುತ್ತಿದ್ದಂತೇ ಕಥೆ ಪುಸ್ತಕ ಹಿಡಿದು ಪಕ್ಕದಲ್ಲೊಂದು ಸ್ಟೂಲ್ ಹಾಕಿ ಪ್ರತಿಷ್ಠಾಪನೆಗೊಳ್ಳುತ್ತಿದ್ದ. ಬಾಳಂತಿ ಹೆಚ್ಚಿಗೆ ಮಾತನಾಡಬಾರದು ಎಂಬ ಅಜ್ಜಿಯ ಅಪ್ಪಣೆಗಳೆಲ್ಲಾ ಕಥೆಯನ್ನು ರಸವತ್ತಾಗಿ ವಿವರಿಸುವಷ್ಟರಲ್ಲಿ ಗಾಳಿಗೆ ತೂರಿ ಹೋಗುತ್ತಿತ್ತು. ಅಜ್ಜಿ ಮಿಮ್ಮಗನಿಗೆ ಮೆಲ್ಲಗೆ, "ಸಾರ್ಥಕ.. ಅಮ್ಮನ್ನ ಜಾಸ್ತಿ ಮಾತಾಡಿಸಬೇಡ" ಅಂದರೆ, "ಯಾಕೆ? ಏನು? ಹೇಗೆ?" ಎಂದು ಪತ್ರಿಕೋದ್ಯಮದ ಅಷ್ಟೂ 'ಫೈವ್ ಡಬ್ಲ್ಯೂ ಒನ್ ಎಚ್' ಪ್ರಶ್ನೆಗಳನ್ನು ಕೇಳಿ ಮುತ್ತಜ್ಜಿಯನ್ನು ಬೇಸ್ತುಬೀಳಿಸುತ್ತಿದ್ದ. ಆಮೇಲಾಮೇಲೆ ಅಮ್ಮ-ಮಗ ಏನಾದ್ರೂ ಮಾಡಿಕೊಳ್ಳಲಿ ಅಂತ ಅಜ್ಜಿಯೂ ಹೇಳುವುದನ್ನು ನಿಲ್ಲಿಸಿದಳು.

ವಿಪರೀತ ಬಿಸಿನೀರು ಹೊಯ್ದುಕೊಳ್ಳಲು ನಾನು ಒದ್ದಾಡುತ್ತಿದ್ದರೆ ಅವನು, 'ಅಮ್ಮಂಗೆ ಸ್ವಲ್ಪ ತಣ್ಣೀರು ಹಾಕಿ ಪ್ಲೀಸ್' ಎಂದು ಗೋಗರೆಯುತ್ತಿದ್ದ. ಕೆಂಡ ಕಾಯಿಸುವುದು ಅವನಿಗೂ ಇಷ್ಟ. ನನ್ನ ಪಕ್ಕದಲ್ಲೇ ತಾನೂ ಕಂಬಳಿ ಹೊದ್ದು ಕೂರುತ್ತಿದ್ದ. ಈ ಹೊತ್ತಲ್ಲಿ ಪಾಪುವೂ ಮಲಗಿರುತ್ತಿದ್ದ ಕಾರಣ ನಮ್ಮಿಬ್ಬರಿಗದು 'ಮಿ ಟೈಮ್'. ಒಂದು ವೇಳೆ ಪಾಪು ಎದ್ದರೂ ತಾನೇ ಓಡಿ ಹೋಗಿ ಹಾಡುತ್ತಾ ತೊಟ್ಟಿಲು ತೂಗುತ್ತಿದ್ದ.

ಎರಡನೆಯ ಮಗು ಹುಟ್ಟಿದಾಗ ಮೊದಲನೆಯವನಿಗೆ ಅಸೂಯೆ ಶುರುವಾಗುತ್ತದೆ ಎನ್ನುತ್ತಾರೆ. ಸಾರ್ಥಕನಿಗೆ ಅಂಥಾ ಭಾವ ಹುಟ್ಟದಿರಲಿ ಎಂಬ ಕಾರಣಕ್ಕೆ ಗರ್ಭಿಣಿ ಇದ್ದಾಗಿಂದಲೇ 'ನಮ್ಮ ಪಾಪು'ವಿನ ಕುರಿತಾಗಿ ಮುದ್ದು ಬರುವ ವಿಚಾರಗಳನ್ನು ಹೇಳುತ್ತಿದ್ದೆ. ಆಟವಾಡಲು ಮನೆಯಲ್ಲೇ ಪುಟ್ಟ ಕ್ಯೂಟ್ ಪಾಪು ಬರುತ್ತದೆ ಎನ್ನುವ ಭಾವವೇ ಅವನೊಳಗೆ ಇತ್ತು. ಗರ್ಭದಲ್ಲಿ ಶಿಶು ಮೊದಲ ತಿಂಗಳಿಂದ ಒಂಭತ್ತನೇ ತಿಂಗಳ ತನಕ ಎಷ್ಟೆಷ್ಟು ಬೆಳೆದಿರುತ್ತದೆ, ಹೇಗಿರುತ್ತದೆ ಎನ್ನುವುದನ್ನು ಕೂಡಾ ಕೇಳಿ ಕೇಳಿ ತಿಳಿದುಕೊಳ್ಳುತ್ತಿದ್ದ. 'ಗರ್ಭಸಂಸ್ಕಾರ' ಸಿಡಿಯ ಹಾಡುಗಳನ್ನು ನಾನು ಹಾಕಲು ಮರೆತರೆ ಅವನೇ ಪ್ಲೇ ಮಾಡಿ, 'ಅಮ್ಮಾ.. ಪಾಪಚ್ಚಿಗೆ ಇವತ್ತು ಹಾಡು ಕೇಳಿಸ್ಲೇ ಇಲ್ಲೆ' ಎನ್ನುತ್ತಿದ್ದ. ಹೀಗೆಲ್ಲಾ ಇದ್ದ ಕಾರಣ ತಮ್ಮ ಹುಟ್ಟಿದ ನಂತರ ತಾನವನ ಕೇರ್‌ಟೇಕರ್ ಎಂಬ ಭಾವವೇ ಅವನಲ್ಲಿ ಇದ್ದದ್ದು. ತಮ್ಮನನ್ನು ತೊಡೆಯ ಮೇಲೆ ಮಲಗಿಸಿಕೊಂಡು 'ಜೈ ಭಾರತ ಜನನಿಯ ತನುಜಾತೆ' ಹಾಡುತ್ತಿದ್ದ. ಬೇರೆ ಹಾಡನ್ನು ಹಾಡು ಎಂದರೂ ಅದ್ಯಾಕೋ ಮೂರು ತಿಂಗಳು ಹೇಳಿದ್ದೇ ಇಲ್ಲ. ಅಣ್ಣ ಹಾಡು ಹೇಳುತ್ತಿದ್ದರೆ ಈ ಪಿಲ್ಟಾರಿಯೂ ಮಿಕಿಮಿಕಿ ಎಂದು ಅವನನ್ನೇ ನೋಡುತ್ತಿತ್ತು. ನಾಲ್ಕೈದು ತಿಂಗಳ ಮೇಲೆ

ಅವನ ಫೇವರಿಟ್ ಕಿಶೋರ್ ಕುಮಾರನ ಹಾಡುಗಳನ್ನು ಪಾಪಚ್ಚಿಗಾಗಿ ಹಾಡಲು ಶುರು ಮಾಡಿದ್ದ.

ಎಲ್ಲವೂ ಗೊತ್ತಿದ್ದರೂ ಮಕ್ಕಳು ಮಕ್ಕಳೇ. ಎಲ್ಲೋ ಒಂದು ಕಡೆ ಅಮ್ಮನ ಗಮನ ನನಗಿಂತಲೂ ಮಗುವಿನ ಕಡೆ ಹೆಚ್ಚಿಗೆ ಇದೆ ಎನಿಸುವುದನ್ನು ತಪ್ಪಿಸಬೇಕೆಂದರೆ, ಮಗುವನ್ನು ದೊಡ್ಡ ಮಕ್ಕಳ ಮುಂದೆ ಹೆಚ್ಚಿಗೆ ಹೊಗಳುತ್ತಾ, ವಿಪರೀತ ಮುದ್ದಿಸುತ್ತಾ ಇರಬಾರದು. ಇದಕ್ಕೂ ಮುಖ್ಯವಾಗಿ ಮಗುವನ್ನು ನೋಡಿಕೊಳ್ಳುವ ಕೆಲ ಜವಾಬ್ದಾರಿಗಳನ್ನು ದೊಡ್ಡವನಿಗೇ ವಹಿಸಿಕೊಡಬೇಕು. ಹಾಸಿಗೆಯಲ್ಲೇ ಪಾಪುವನ್ನು ಆಟವಾಡಿಸಲು ಹೇಳುವುದು, 'ನೀನು ಹಾಡು ಹೇಳಿದರೆ ಅದಕ್ಕಿಷ್ಟ ನೋಡು' ಎನ್ನುವುದು, ಸ್ನಾನವಾದ ನಂತರ ಪೌಡರ್ ಹಚ್ಚಲು ಬಿಡುವುದು.. ಇದನ್ನೆಲ್ಲಾ ಮಾಡಿಸಿದರೆ ಆತ್ಮೀಯತೆ ಬಲಗೊಳ್ಳುತ್ತದೆ. ಸಾರ್ಥಕ ಪಾಪುವಿಗೆ ಸ್ನಾನ ಮಾಡಿಸುವಾಗ ನೀರು ಹಾಕುವುದನ್ನೂ ತಾನೇ ಮಾಡುತ್ತೇನೆ ಎನ್ನುತ್ತಿದ್ದ. ರಾಗಿ ಅಂಬಲಿ ಕೊಡಲು ಶುರು ಮಾಡಿದ ನಂತರ ಕಾಲಮೇಲೆ ಮಲಗಿಸಿಕೊಂಡು ತಿನ್ನಿಸುವುದನ್ನು ಇಷ್ಟ ಪಡುತ್ತಿದ್ದ. ದೊಡ್ಡವನಿಗೆ ಸರಿಯಾಗಿ ಮಾಡಲು ಬರುವುದಿಲ್ಲ, ಅಥವಾ ಹಾಗೆ ಕೊಟ್ಟರೆ ರಾಡಿಯೆದ್ದು ನಮಗೇ ಕೆಲಸ ಹೆಚ್ಚೆಂದು ಕೊಡದೆ ಹೋದಾಗಲೇ ಸಮಸ್ಯೆ ಹೆಚ್ಚು. ನಾವು ಜೊತೆಗಿದ್ದು ನೋಡಿಕೊಂಡು ದೊಡ್ಡವನ ಕೈಯಲ್ಲಿ ಮಾಡಿಸಿದರೆ ಅಸೂಯೆ ಎಂಬುದು ಹತ್ತಿರ ಸುಳಿಯುವುದೇ ಇಲ್ಲ. ಅಪ್ಪ-ಅಮ್ಮನಂತೆ ದೊಡ್ಡ ಮಗುವೂ ಚಿಕ್ಕವನನ್ನು ಹೊಗಳುವುದು, ಮುದ್ದಿಸುವುದನ್ನು ಶುರು ಮಾಡುತ್ತಾನೆ. ಅಲ್ಲಿಗೆ ತಾನು ದೊಡ್ಡವನು, ಅವನನ್ನು ನೋಡಿಕೊಳ್ಳುವವನು ಎಂಬುದು ಅವರೊಳಗೆ ಸಂಪೂರ್ಣ ಇಳಿದಿದೆ ಎಂದರ್ಥ. ಮನೆ ಕೆಲಸಗಳನ್ನು ಮಾಡುವಾಗ ಮಗುವನ್ನು ಆಟವಾಡಿಸಲು ಹೇಳಿದರೆ ಅದನ್ನೂ ಮಾಡಲಾರಂಭಿಸುತ್ತಾರೆ. ಎರಡನೆಯ ಗರ್ಭ ಧರಿಸಿದಲ್ಲಿಂದಲೇ ದೊಡ್ಡ ಮಕ್ಕಳನ್ನು ಮಾನಸಿಕವಾಗಿ ತಯಾರಿ ಮಾಡಿಬಿಟ್ಟರೆ ಆಮೇಲೆ ಸಮಸ್ಯೆ ಆಗುವುದೇ ಇಲ್ಲ. ಎರಡು ಮಕ್ಕಳನ್ನು 'ಸಂಭಾಳಿಸುತ್ತಿದ್ದೇವೆ' ಎನಿಸುವುದಿಲ್ಲ.

ಬಾಳಂತಿ ಪುರಾಣ 19

ವೈರುಧ್ಯಗಳ ಜೊತೆಗೆ

ಎರಡನೇ ತಿಂಗಳ ಒಂದು ದಿನ. ನಾನು ನಿಧಾನಕ್ಕೆ ಡಾಕ್ಟರ್ರೇ ತಿಳಿಸಿದ್ದ ಬಾಳಂತಿ ವ್ಯಾಯಾಮಗಳನ್ನು ಮಾಡುತ್ತಿದ್ದೆ. "ಹಂಗೆಲ್ಲಾ ಮಾಡಿರೆ ಕರುಳಿಗೆ ಪೆಟ್ಟು" ಎಂದ ಅಜ್ಜಿಗೆ ನನ್ನ ವ್ಯಾಯಾಮ ಕಂಡು ಎಂದಿನಂತೆ ತಲೆಬಿಸಿಯಾಯಿತು. ಅವಳ ಪರಿಭಾಷೆಯಲ್ಲಿ ಗರ್ಭಕೋಶವೇ ಕರುಳು. ಮೊದಲ ಬಾಣಂತನದಲ್ಲೂ ತಿಂಗಳು ಕಳೆಯುತ್ತಿದ್ದಂತೆ ಡಾಕ್ಟರ್ ಮಾರ್ಗದರ್ಶನದಂತೆ ವ್ಯಾಯಾಮಗಳನ್ನು ಮಾಡಿದ್ದೆ. "ಇದ್ರಿಂದ ಕರುಳಿಗೆ ಎಂತೂ ಆಗದಿಲ್ಲೆ. ಹೆದ್ರದೇನೂ ಬ್ಯಾಡ" ಎಂದೆ. ಅಜ್ಜಿಗೆ ಸಮಾಧಾನವಾದಂತೇನೂ ಕಾಣಲಿಲ್ಲ. ನಾನು ಕೈಕಾಲು ತಿರುಗಿಸುವುದು ಮುಂದುವರಿಯಿತು. ಆವತ್ತು ಡಾಕ್ಟರ್ ವಿಸಿಟ್ ಇತ್ತು. ಡಾಕ್ಟರ್ ಬಳಿ ಹೋಗುವಾಗೆಲ್ಲಾ ಅಜ್ಜಿಯ ಕಿವಿ ಮಾತೊಂದಿದೆ, "ಬಾಣಂತನದಲ್ಲಿ ಔಷಧಿ ಏನ್ ತಗೊಂಡ್ರಿ ಅಂದ್ರೆ, ಅವ್ರು ಕೊಟ್ರು. ನಾನು ಕುಡಿದೆ. ಏನೋ ಗೊತ್ತಿಲ್ಲ ಹೇಳು". ಮತ್ತೆ ಅದನ್ನೇ ರಿಪೀಟ್ ಮಾಡಿದಳು. ಕಿವಿಗೆ ಹತ್ತಿ/ಟೊಪ್ಪಿ, ಬೆಚ್ಚಗಿರಲು ಸ್ವೆಟರ್, ಗಾಳಿ ಒಳಹೋಗದಂತೆ ತಡೆಯಲು ಬೇಕಾದ ಸಮಸ್ತ ವ್ಯವಸ್ಥೆಗಳು... ಬಾಳಂತಿ ಹೊರಹೊರಟಳೆಂದರೆ ಇವಂತೂ ಕಡ್ಡಾಯ. ಮನೆಯೊಳಗಿದ್ದಾಗಲೂ ವ್ಯತ್ಯಾಸವೇನೂ ಇಲ್ಲ. ತಣ್ಣಗಿನ ನೆಲದಲ್ಲಿ ಬರೀ ಕಾಲಲ್ಲಿ ನಡೆಯಬಾರದು. ಕೆಳಗೆ ಕೂರುವುದಾದರೂ ದಪ್ಪನೆಯ ಮ್ಯಾಟ್ ಇರಲೇಬೇಕು. ಇದನ್ನೆಲ್ಲ ಅನುಸರಿಸಿಲ್ಲವೆಂದರೆ ಮೈ-ಕೈ ಬೇಗ ಜಗಿತ (ಎಳೆದಂತೆ ಬರುವ ನೋವು) ಬರುತ್ತದೆ ಎನ್ನುತ್ತಿದ್ದಳು ಅಜ್ಜಿ.

ತಣ್ಣೀರನ್ನು ಮುಟ್ಟಲೇಬಾರದು, ಥಂಡಿ ಆಗುತ್ತದೆ ಎನ್ನುವುದು ಎಲ್ಲಾ ಕಡೆಯ ಬಾಣಂತನದ ಅಲಿಖಿತ ನಿಯಮ. ಅಜ್ಜಿ ಎಂಥಾ ಶಿಸ್ತಿನ ಸಿಪಾಯಿ ಅಂದರೆ ನಾನು

ಪ್ರತಿ ಬಾರಿ ಊಟ–ತಿಂಡಿ ಮುಗಿಸುತ್ತಲೂ ಸಿಂಕ್ ಬಳಿ ಲೋಟವೊಂದರಲ್ಲಿ ಬಿಸಿ ನೀರು ಹಿಡಿದು ನಿಲ್ಲುತ್ತಿದ್ದಳು. ಇಂತಹ ಸಣ್ಣ ಕೆಲಸವನ್ನೂ ಕರಾರುವಕ್ಕಾಗಿ ಮಾಡುವ ಅವಳ ಶ್ರದ್ಧೆ ನನಗೆ ಯಾವಾಗಲೂ ಅಚ್ಚರಿಯೇ. ಒಂದೊಮ್ಮೆ ಅವಳು ಮರೆತರೆ ಅಥವಾ ತರುವುದು ತಡವಾದರೆ ನಾನು ಅಭ್ಯಾಸದಂತೆ ನಲ್ಲಿ ಆನ್ ಮಾಡಿ ತಣ್ಣೀರಲ್ಲೇ ತೊಳೆದು ಮುಗಿದಿರುತ್ತಿತ್ತು. ಅಷ್ಟರಲ್ಲಿ ಓಡಿಬಂದು, "ಎಂತಕಷ್ಟು ಅವಸರ? ಬಿಸಿನೀರು ತಗಂಡು ಬತ್ತಿ ಅಂತ ಗೊತ್ತಿಲ್ಯಾ?" ಎಂದು ಗದರುತ್ತಿದ್ದಳು. ನಾನು, "ಅಯ್ಯೋ ಅಜ್ಜೀ, ನಾನಿನ್ನೂ ಬಾಯಿ ತೊಳೆದು ಆಗಲ್ಲೆ, ಕೊಡಿಲ್ಲಿ" ಎಂದು ಅವಳಿಗೆ ಬೇಜಾರಾಗೋದು ಬೇಡ ಅಂತ ಮತ್ತೊಮ್ಮೆ ಅಜ್ಜಿ ತಂದ ಬಿಸಿನೀರಿಂದ ಕೈ–ಬಾಯಿ ತೊಳೆಯುವ ನಾಟಕವಾಡುತ್ತಿದ್ದೆ. ಆದರೂ ನಾನು ಮೊದಲ ದಿನದಿಂದ ಕಟ್ಟುನಿಟ್ಟಾಗಿ ಒಂಚೂರೂ ಫಾಲೋ ಮಾಡದ, ಆದರೆ ಬಾಣಂತನದಲ್ಲಿ ಬಹುತೇಕರ ಪ್ರಕಾರ ಫಾಲೋ ಮಾಡಲೇಬೇಕಾದ ವಿಚಾರ ಎಂದರೆ ತಣ್ಣೀರು ಮುಟ್ಟದೆ ಇರುವುದು. ಹಾಗಂತ ನನಗೆ ಒಂದೇ ಒಂದು ದಿನವೂ ಥಂಡಿ ಆದದ್ದಿಲ್ಲ. ಇದರಿಂದ ನಾನು ಕಂಡುಕೊಂಡದ್ದೇನೆಂದರೆ ನಮ್ಮ ದೇಹ ನಾವು ಟ್ಯೂನ್ ಮಾಡಿ ಇಟ್ಟುಕೊಂಡಂತಿರುತ್ತದೆ. ಮೊದಲ ದಿನದಿಂದ ಅದಕ್ಕೆ ತಣ್ಣೀರು ಅಭ್ಯಾಸವಾಗಿತ್ತು. ಹಾಗಾಗಿ ಥಂಡಿ ಆಗಲಿಲ್ಲ. ಮೂರು ತಿಂಗಳು ತಣ್ಣೀರೇ ಮುಟ್ಟದೆ ಇದ್ದಾಗ ಸಡನ್ನಾಗಿ ಮುಟ್ಟಿದರೆ ಥಂಡಿ ಆಗುತ್ತಿತ್ತೇನೋ, ಗೊತ್ತಿಲ್ಲ.

ಬೆಳಗಿನ ಜಾವ ಐದು ಗಂಟೆ ಸುಮಾರಿಗೆ ಕೊಡುವ ಬೇಸಿ ಕಾಸುವ ಔಷಧವನ್ನು ಬಾಯಿ ತೊಳೆಯದೇ ಕುಡಿಯುವುದೇ ಆಗಿತ್ತು. ಮೊದಲ ಬಾಣಂತನದಲ್ಲಿ ಎಲ್ಲವೂ ಹೊಸತಾಗಿದ್ದಾಗ ಬ್ರೆಶ್ ಮಾಡದೆ ಕುಡಿಯುವುದು ಒಂಥರಾ ಕಿರಿಕಿರಿಯಾಗಿತ್ತು. ಎರಡನೆಯದರಲ್ಲಿ ಇವೆಲ್ಲಾ ಗೊತ್ತಿದ್ದ ಕಾರಣ ಮೊದಲೇ ಮೈಂಡ್‌ಸೆಟ್ ಮಾಡಿಟ್ಟುಕೊಂಡಿದ್ದೆ. "ಈಗಿನ ಥರ ಬ್ರೆಶ್ ಪೇಸ್ಟ್ ಎಲ್ಲಾ ಆವಾಗ ಇರ್ಲೆ" ಎಂದ ಅಜ್ಜಿ ಆಗ ಬಾಳಂತಿಗೆ ಹಲ್ಲು ತಿಕ್ಕಲು ವಿಶೇಷವಾಗಿ ತಯಾರಿಸುತ್ತಿದ್ದ 'ಟೂತ್‌ಪೌಡರ್' ಬಗ್ಗೆ ಹೇಳಿದಳು. ಭತ್ತದ ಉಮಿಯನ್ನು ಸುಟ್ಟು, ಅದನ್ನು ಜರಡಿ ಹಿಡಿದು, ಉಪ್ಪು ಬೆರೆಸಿ ಇಡಲಾಗುತ್ತಿತ್ತು. ಬೂದಿಯಂತಿರುತ್ತಿದ್ದ ಇದರಿಂದಲೇ ಬಾಳಂತಿ ಹಲ್ಲುಜ್ಜಬೇಕಾಗಿತ್ತಂತೆ.

ಹೀಗೆ ಹಲ್ಲುಜ್ಜಿದ ಮೇಲೆ ಕೆಂಡಕಾಯಿಸುವ ಹೊತ್ತಲ್ಲಿ ಹಲ್ಲು ಕಿರಿದು ಕೂರಬೇಕು. ಹಲ್ಲಿಗೂ ಕೆಂಡದ ಬಿಸಿ ಅಟ್ಟಿ ಹಲ್ಲು ಗಟ್ಟಿಮುಟ್ಟಾಗುತ್ತಿತ್ತಂತೆ. ನನಗೆ ರಾತ್ರಿಯೂ ಹಲ್ಲುತಿಕ್ಕಿ ರೂಢಿ. ಆದರೆ ಬಾಳಂತಿಯರು ಬ್ರೆಶ್‌ನಲ್ಲಿ ಹಲ್ಲು ತಿಕ್ಕಿದರೆ ಹಲ್ಲು ಬೇಗ ಸಡಿಲಾಗುತ್ತದೆ ಎನ್ನುವುದು ಅಜ್ಜಿಯ ಹಳೇ ಥಿಯರಿಯಾಗಿತ್ತು. ಮೊದಲೆರಡು ತಿಂಗಳು ರಾತ್ರಿ ಹಲ್ಲು ತಿಕ್ಕಲಿಲ್ಲ. ಮೂರನೇ ತಿಂಗಳಿಂದ ಅಜ್ಜಿ ಕಣ್ತಪ್ಪಿಸಿ ರಾತ್ರಿ ಬ್ರೆಶ್ ಮಾಡಲು ಶುರುಮಾಡಿದೆ.

ಜಗತ್ತಿನ ಯಾವೊಬ್ಬನಿಗೂ ಗರ್ಭಿಣಿ ಮತ್ತು ಬಾಳಂತಿಗೆ ಸಿಗುವಷ್ಟು ಫ್ರೀ ಸಲಹೆ ಸಿಗುವುದಿಲ್ಲವೇನೋ?! ಆವತ್ತೊಂದು ದಿನ ಸಂಪನ್ನನಿಗೆ ಎಣ್ಣೆ ಹಚ್ಚುತ್ತಿದ್ದೆ. ಹತ್ತಿರದ ಹಿರಿಯ ನೆಂಟರೊಬ್ಬರು ಅದೇ ಹೊತ್ತಿಗೆ ಬಂದರು. "ಎಂತ ಎಣ್ಣೆ ಅದು?" ಕೇಳಿದರು. "ಕೊಬ್ಬರಿ ಎಣ್ಣೆ" ಎಂದೆ. "ಅಯ್ಯೋ.. ಬರೀ ಕೊಬ್ಬರಿ ಎಣ್ಣೇನಾ? ನಮ್ಮ ಕಡೆಗೆಲ್ಲ ಈಥರ ಮಾಡದಿಲ್ಯಪ" ಎನ್ನುತ್ತಾ 'ಅವರ ಕಡೆಗೆ' ಪಾಪುವಿಗೆ ಹಚ್ಚುವ ಎಣ್ಣೆ ಹೇಗಿರುತ್ತದೆ ಎಂಬ ಬಗ್ಗೆ ಎಳೆದೆಳೆದು ವಿವರಿಸಿ ಹೇಳಿದರು. ನಾನು ಎಣ್ಣೆ ತಿಕ್ಕುವುದನ್ನು ನೋಡಿ ಇಷ್ಟೆಲ್ಲಾ ಹಗೂರಕ್ಕೆ ತಿಕ್ಕಬಾರದು. ಶಿಶುವಿನ ಬೆನ್ನಹುರಿಯನ್ನು ಮೇಲಿಂದ ಕೆಳಕ್ಕೆ ತಿಕ್ಕಬೇಕು, ಕಾಲನ್ನು ಇಷ್ಟು ಡಿಗ್ರಿ ಕೋನದಲ್ಲಿ ಹೀಗೇ ಬಗ್ಗಿಸಬೇಕು, ಹಣೆಯನ್ನು ಈ ಥರ ನೀವಬೇಕು ಎಂದವರೇ, 'ಈಗಿನವರಿಗೆ ಒಂದೂ ಗೊತ್ತಿಲ್ಲ' ಎಂದು ಗೊಣಗುತ್ತಾ ಪಾಪು ನನ್ನ ಕಾಲ ಮೇಲಿದ್ದಂತೆಯೇ ಅವರೇ ಎಣ್ಣೆ ತಿಕ್ಕಲು ಶುರು ಮಾಡಿಬಿಟ್ಟರು. ಇವರು ಇಷ್ಟು ಹೊತ್ತು ಹೇಳಿದ್ದರಲ್ಲಿ ನಾನು ಯಾವುದನ್ನೂ ಮಿಸ್ ಮಾಡಿಲ್ಲ ಎಂದು ಗೊತ್ತಿದ್ದರೂ ಅವರ ನಂಬುಗೆ ಅವರಿಗಿರಲಿ ಎಂದುಕೊಂಡು ಸುಮ್ಮನಾದೆ.

"ಅಯ್ಯೋ, ಮಗುವಿಗೆ ಮೊದಲ ದಿನ ಹಳೇ ಬಟ್ಟೆ ಹಾಕಿಲ್ವಾ?", "ಡೇಯ್ಲಿ ಗ್ರೈಪ್ ವಾಟರ್ ಕುಡಿಸಲೇಬೇಕು", "ಬಾಳಂತಿ ಬ್ರಾ ಹಾಕ್ಕೊಳ್ಳೇಬಾರದು", "ಪಾಪು ಸ್ನಾನ ಮಾಡ್ಸೋವಾಗ ನೀರು ಇಷ್ಟು ನಿಧಾನಕ್ಕೆ ಹೊಯ್ಯಬಾರದು", "ಬಾಳಂತಿಗೆ ನಮ್ಮ ಕಡೆ ಕಾಫಿ ಕೊಡಲ್ಲಪ್ಪ, ನೀನು ಟೀ ಕುಡಿಯೋದು ಅಭ್ಯಾಸ ಮಾಡ್ಕೋ" "ನೀನು ಸ್ವೆಟರ್ ಹಾಕ್ಕೊಂಡಿಲ್ಲ, ಅದಿಕ್ಕೆ ಪಾಪುವಿಗೆ ನೆಗಡಿ ಆಗಿದೆ, ಬೆಚ್ಚಗಿರಬೇಕು." –ಹೀಗೆ ಸಲಹೆಗಳನ್ನು ಕೇಳಿ ನಾನೇನಾದರೂ ಅದು ಹಾಗಲ್ಲ, ಹೀಗೆ ಎಂದು ಹೇಳ ಹೊರಟರೆ "ನೀವು ಈ ಕಾಲದವರು, ಹೇಳಿದ್ದೆಲ್ಲಿ ಕೇಳುತ್ತೀರಾ?" ಎನ್ನುತ್ತಾ ಸುಖಾಸುಮ್ಮನೆ ಕೋಲು ಕೊಟ್ಟು ಹೊಡೆಸಿಕೊಂಡಂತೆ ಇನ್ನಷ್ಟು ಸಲಹೆಗಳಿಗೆ ಕಿವಿಕೊಡಬೇಕಾಗುತ್ತದೆ ಎನ್ನುವುದು ಬಾಣಂತನ ಕಲಿಸಿದ ಪಾಠ. ಮೊದಮೊದಲು ಇದರಲ್ಲಿ ಯಾವುದು ಸರಿ, ಯಾವುದು ತಪ್ಪು ಎಂದು ಗೊಂದಲವಾಗುತ್ತಿತ್ತು. ಆಮೇಲಾಮೇಲೆ ಸ್ವೀಕರಿಸಬಹುದಾದ್ದನ್ನು ತೆಗೆದುಕೊಂಡು, ಉಳಿದವಕ್ಕೆಲ್ಲಾ "ಹೌದಾ?

ಸರಿ ಹಾಗೇ ಮಾಡ್ತೀನಿ” ಎನ್ನಲು ಕಲಿತಿದ್ದ ನಾನು ಅನವ್ಯಶಕ ಸಲಹೆಗಳಿಗೆ ‘ಕಿವುಡನ ಮಾಡಯ್ಯ ತಂದೆ’ ಆಗಿಬಿಟ್ಟಿದ್ದೆ.

ತಿನ್ನುವ ಆಹಾರವಂತೂ ಹೈಯೆಸ್ಟ್ ಕಮೆಂಟ್ ಗಿಟ್ಟಿಸುತ್ತದೆ. ಒಂದೊಂದು ಕಡೆಯ ಬಾಣಂತನ ಒಂದೊಂದು ಥರ. ಕೊಡುವ ಔಷಧಗಳೂ, ಆರೈಕೆಯೂ ಭಿನ್ನವೇ. ಆ ಕಡೆಯವರು ನೀವು ಹೀಗೆ ಮಾಡಿದ್ದು ಸರಿಯಲ್ಲ ಎಂದರೆ, ಈ ಕಡೆಯವರು ಅವರದ್ದೇ ತಪ್ಪು ಎನ್ನುವುದು ಮಾಮೂಲಿ. ಇನ್ನು ಡಾಕ್ಟರ್ ಪ್ರಕಾರ ಯಾವ ಆಹಾರವನ್ನಾದರೂ ತಿನ್ನಬಹುದು. ತರಕಾರಿ, ಹಣ್ಣು ಹಂಪಲು, ತಿಂಡಿ ಎಲ್ಲವೂ ಮಾಮೂಲಾಗಿಯೇ ಇರಲಿ ಎನ್ನುತ್ತಾರೆ. “ಅವರು ಹೇಳಿದ್ರು ಅಂತ ಇರಬರದೆಲ್ಲಾ ಕೊಟ್ರೆ ಅಷ್ಟೇ ಗತಿ” ಎನ್ನುವುದು ಹಳ್ಳಿ ಬಾಣಂತನ ಮಾಡುವ ಪ್ರತಿ ಹಳಬರ ಬಾಯಲ್ಲೂ ಬರುವ ಮಾತು.

ಇದೇ ಎರಡನೇ ತಿಂಗಳಲ್ಲೊಮ್ಮೆ ನನ್ನ ನಾಲಿಗೆ ಮಸುಕಾದ ಕಪ್ಪು ಬಣ್ಣಕ್ಕೆ ತಿರುಗಿತ್ತು. ಬಾಳಂತಿಯ ನಾಲಗೆ ಹೀಗೆ ಕಪ್ಪಾಗಬಾರದಂತೆ. ಅಜ್ಜಿಗೆ ಆತಂಕ. ಆದರೆ ಇದನ್ನು ಸರಿಪಡಿಸಲು ಅವಳದ್ದೊಂದು ಔಷಧಿ ಇತ್ತು. ಬೈ ಹುಲ್ಲನ್ನು (ಭತ್ತದ ಒಣ ಹುಲ್ಲು) ಸುಟ್ಟು ಆ ಕರಿಗೆ ಜೇನುತುಪ್ಪ ಮಿಶ್ರ ಮಾಡಿ, ಅದರಿಂದ ನಾಲಿಗೆಯನ್ನು ‘ಗಸಗಸನೆಂದು’ ಚೆನ್ನಾಗಿ ತಿಕ್ಕಿ ಉಗುಳುವುದು. ಈ ರೀತಿ ಐದಾರು ಬಾರಿ ಮಾಡಬೇಕು. ಮಾವ ತಂದ ಬೈಹುಲ್ಲಿಂದ ಹೀಗೆ ಮೂರು ದಿನ ಸಂಜೆ ಹೊತ್ತಿಗೆ ನಿರಂತರವಾಗಿ ಮಾಡಿದ ಮೇಲೆ ನಾಲಿಗೆ ಕಪ್ಪಿಟ್ಟದ್ದು ಹೋಯಿತು. ಆದರೆ ಹೀಗೆ ನಾಲಿಗೆ ಕಪ್ಪಾಗುವುದು ತೀವ್ರತರವಾದ ಸಮಸ್ಯೆ ಏನಲ್ಲ. ನಾಲಿಗೆ ಒಳಗಿನ ಸಣ್ಣ ಉಬ್ಬುಗಳಿಗೆ ಪ್ಯಾಪಿಲ್ಲೆಗಳೆನ್ನುತ್ತಾರೆ. ಇಂತಹ ಉಬ್ಬುಗಳ ಮಧ್ಯದಲ್ಲೇ ಟೇಸ್ಟ್ ಬಡ್‌ಗಳಿರುವುದು. ಪ್ಯಾಪಿಲ್ಲೆಗಳು ಅಗತ್ಯಕ್ಕಿಂತ ಕೊಂಚ ಹೆಚ್ಚು ಬೆಳೆದು, ಸರಿಯಾಗಿ ಉದುರದೆ ಹೋದಾಗ ನಾಲಿಗೆ ಕಪ್ಪಾಗಿ ಕಾಣುತ್ತದೆ. ದೇಹದ ಒಳಗಾಗುವ ಹಲವಾರು ಬದಲಾವಣೆಗಳು ಹೀಗೆ ನಾಲಿಗೆ ಕಪ್ಪಾಗುವಂತೆ ಮಾಡುತ್ತದೆ.

ನಾನಂತೂ ಪಕ್ಕಾ ಹಳೆಯ ಶೈಲಿಯ, ಹಳ್ಳಿ ಬಾಣಂತನವನ್ನೇ ಮಾಡಿಸಿಕೊಂಡಿದ್ದೆನಲ್ಲ. ನನಗೆ ಈ ಅವಧಿಯಲ್ಲಾದ ಒಂದೇ ಒಂದು ಸಮಸ್ಯೆ ಅಂದರೆ ಮಲಬದ್ಧತೆಯಾಗಿ ‘ಏನಲ್ ಫಿಶರ್’ ಆಗಿತ್ತು. ಬಾಣಂತನದ ಅವಧಿಯಲ್ಲಿ ಸಾಮಾನ್ಯವಾಗಿ ಕಾಣಿಸಿಕೊಳ್ಳುವ ಸಮಸ್ಯೆಯಾದ ಈ ಫಿಶರ್ ಎಂದರೆ ಮಲದ್ವಾರದೊಳಗಿನ ಚರ್ಮದಲ್ಲಿ ಬಿರುಕಾಗಿ ಮಲವಿಸರ್ಜನೆಯ ಸಂದರ್ಭದಲ್ಲಿ ರಕ್ತಸ್ರಾವವಾಗುವುದು. ಮಲ ಬರುವ ಸಂದರ್ಭವಂತೂ ವಿಪರೀತ ನೋವಾಗುತ್ತದೆ. ಸಾಕಷ್ಟು ಪ್ರಮಾಣದಲ್ಲಿ ನೀರು ಕುಡಿಯದೇ ಇದ್ದದ್ದೇ ಇದಕ್ಕೆ ಕಾರಣ. ನಾನು ನಿತ್ಯ ಕಡಿಮೆ ಎಂದರೂ ನಾಲ್ಕು ಲೀಟರ್ ನೀರು ಕುಡಿಯುತ್ತೇನೆ. ನನ್ನ ದೇಹ ಪ್ರಕೃತಿಗೆ ಅಷ್ಟು ನೀರು ಬೇಕೇ ಬೇಕು. ಬಾಣಂತನದ ಅವಧಿಯಲ್ಲಿ ನೀರು ಕುಡಿಯಲು

ಕೊಟ್ಟರೂ ಅದು ನನ್ನ ದೇಹಕ್ಕೆ ಸಾಕಾಗುವಷ್ಟಲ್ಲ. ಹೆಚ್ಚೆಂದರೆ ಒಂದೂವರೆ ಲೀಟರ್ ಕುಡಿದಿದ್ದೇನಷ್ಟೆ. ಆದ ಕಾರಣದಿಂದಲೇ ಮೂರು ತಿಂಗಳ ಹೊತ್ತಿಗೆ ಶುರುವಾದ ಈ ಸಮಸ್ಯೆ ಆಮೇಲೆ ಐದು ತಿಂಗಳ ತನಕ ಮುಂದುವರೆಯಿತು. ಎಷ್ಟೇ ನೀರು ಕುಡಿದರೂ, ಹಣ್ಣು–ತರಕಾರಿ–ಸೊಪ್ಪುಗಳನ್ನು ತಿಂದರೂ ಸರಿಯಾಗುವ ಲಕ್ಷಣ ಕಾಣದಾದಾಗ ನನ್ನ ಡಾಕ್ಟರ್ ಉಷಾ ವಿಕ್ರಾಂತ್ ಅವರೇ ಮಾತ್ರೆ, ಕ್ರೀಮ್‌ಗಳನ್ನು ಕೊಟ್ಟು ಸರಿಮಾಡುವಂತಾಯಿತು.

ಬಾಣಂತನ ಯಾವ ಕ್ರಮದ್ದೇ ಆಗಿದ್ದರೂ ನಮಗೇನು ಸರಿ ಹೊಂದುತ್ತದೆ ಎಂಬುದನ್ನು ನಾವು ನೋಡಿಕೊಳ್ಳಬೇಕು. ಇಲ್ಲದಿದ್ದರೆ ಇಂತಹ ಕೆಲ ಫಜೀತಿಗಳಾಗುತ್ತವೆ. ನಮ್ಮ ದೇಹವನ್ನು ಸೂಕ್ಷ್ಮವಾಗಿ ಗಮನಿಸುವುದನ್ನು ಕಲಿತರೆ ದೇಹವೇ ತನ್ನ ಬೇಕು–ಬೇಡಗಳನ್ನು ಹೇಳುತ್ತಿರುತ್ತದೆ. ಶರೀರದ ಮಾತು ಕೇಳಿಸಿಕೊಂಡು ಅದಕ್ಕೆ ತಕ್ಕಂತೆ ನಡೆಯುವುದು ಬಾಳಂತಿಯಂತೆ ಪ್ರತಿಯೊಬ್ಬರಿಗೂ ಅನ್ವಯಿಸುವಂಥದು.

ಬದಲಾದ ಕಾಲ-ಮರೆಯದ ಅಜ್ಜಿ ಮಾತು

ಅಜ್ಜಿ ನನ್ನ ಬಾಣಂತನದ ಉದ್ದಕ್ಕೂ ತನ್ನ ಅಮ್ಮನನ್ನು ಅದೆಷ್ಟು ಬಾರಿ ನೆನಪಿಸಿಕೊಂಡಿದ್ದಳೋ. ಮುತ್ತಜ್ಜಿ ಬಾಳಂತಿಗೆ ಮಾಡುತ್ತಿದ್ದ ಆರೈಕೆಯ ಮುಂದೆ ನಮ್ಮದೆಲ್ಲ ಏನೂ ಅಲ್ಲ ಅನ್ನುತ್ತಿದ್ದಳು. ಮನೆಯಲ್ಲಿ ಬಾಳಂತಿ ಇದ್ದಾಗಿನ ಮುತ್ತಜ್ಜಿಯ ದಿನಚರಿ ಹೀಗಿತ್ತಂತೆ- ಮುಂಜಾನೆ ಎದ್ದು ಆಕಳಿನ ಹಾಲು ಕರೆದು, ಕೊಟ್ಟಿಗೆ ಶುಚಿಕಾರ್ಯ ಮುಗಿಸಿ, ಬಿಸಿನೀರ ದೊಡ್ಡ ಹಂಡೆಯ ಒಲೆಗೆ ಬೆಂಕಿಒಟ್ಟಿ, ಬಾಳಂತಿಗೆ ಬೆಳಗಿನ ಜಾವ ಕೊಡುವ ಬೀಸಿ ಕಾಸಿದ ಔಷಧ ಕೊಡುವುದು. ಮನೆ ಕಸ ಗುಡಿಸಿ-ನೆಲ ಒರೆಸಿ, ರಂಗೋಲಿ ಇಟ್ಟು ಒಳಬಂದರೆ ಮನೆಮಂದಿಗೆಲ್ಲಾ ತಿಂಡಿ, ಬಾಳಂತಿಗೆ ಪ್ರತ್ಯೇಕ ತಿಂಡಿ, ಪಾತ್ರೆ ತೊಳೆಯುವುದನ್ನೂ ಮುಗಿಸಿ ಶಿಶುವಿಗೆ ಎಣ್ಣೆ ಹಚ್ಚಲು ಕೂಡುವುದು. ಶಿಶುವಿಗೆ ಮೀಯಿಸಿದ ನಂತರ ಬಾಳಂತಿಗೆ ಕಟ್ಟಗಿನ ಬಿಸಿನೀರಿನ ಸ್ನಾನ ಮಾಡಿಸುವವಳೂ ಇವಳೇ. ಇಷ್ಟಾಗುತ್ತಿದ್ದಂತೆ ಪಾಪುವಿನ ಉಚ್ಚೆಬಟ್ಟೆ, ಬಾಳಂತಿ ಬಟ್ಟೆಗಳನ್ನೆಲ್ಲಾ ತೊಳೆದು ಸ್ನಾನ ಮಾಡಿ ಬಂದು ಮಧ್ಯಾಹ್ನದ ಊಟಕ್ಕೆ ತಯಾರಿ. ಅಲ್ಲೂ ಮನೆಮಂದಿಗೆ ಬೇರೆ ಅಡುಗೆ, ಬಾಳಂತಿಗೆ ಬೇರೆ. ಮತ್ತೆ ಪಾತ್ರೆ ತೊಳೆಯುವುದು ರಿಪೀಟ್. ಒಣಗಿಸಿದ ಬಟ್ಟೆ ಮಡಚಿಟ್ಟು, ಕೊಟ್ಟಿಗೆಯ ಸಂಜೆಯ ಹಾಲು ಕರೆಯುವ, ಅಕ್ಕಚ್ಚು-ಹುಲ್ಲು ಹಾಕುವ ಕೆಲಸ ಮುಗಿಸಿ ಬಂದರೆ, ಮರುದಿನ ಬಾಳಂತಿಗೆ ಕೊಡುವ ಔಷಧಗಳನ್ನು ತಯಾರಿ ಮಾಡುವುದು. ಈಗಲಾದರೋ ಕರೆಂಟ್ ಕಾಲ. ಆಗ ಬೀಸಲು ಮಿಕ್ಸಿ ಇಲ್ಲ, ಕಾಯಿಸಲು ಗ್ಯಾಸ್‌ಸ್ಟವ್ ಇಲ್ಲ. ಪ್ರತಿ ಔಷಧವನ್ನೂ ಒರಳಲ್ಲೇ ಬೀಸಿ, ಕಟ್ಟಿಗೆ ಒಲೆಯಲ್ಲೇ ಕುದಿಸಬೇಕಾಗಿತ್ತು. ಅಂದರೆ ಎಲ್ಲಾ ಕೆಲಸಕ್ಕೂ ಡಬಲ್ ಸಮಯ. ಮಳೆಗಾಲದಲ್ಲಿ ಹೊತ್ತದ ಕಟ್ಟಿಗೆಗಳೆಷ್ಟೋ, ತಿನ್ನುವ ಹೊಗೆಯೆಷ್ಟೋ? ಆಮೇಲೆ ರಾತ್ರಿ ಊಟಕ್ಕೂ ತಯಾರಿ ಮಾಡಿ, ಅಡಿಕೆಯ ಸೀಸನ್ ಆಗಿದ್ದರೆ ಬೆಳಿಗ್ಗೆ-ಸಂಜೆ ತೋಟದಲ್ಲಿ

ಅಡಿಕೆಯನ್ನೂ ಹೆಕ್ಕಿ, ಬೇರೆ ಮನೆಗಳಿಗೆ ಮೈಯಾಳಾಗಿ (ಅವರ ಮನೆಯ ಅಡಿಕೆ ಸುಲಿಯಲು ನಾನು ಹೋದರೆ, ಇದೇ ಕೆಲಸಕ್ಕೆ ಅವರು ನನ್ನ ಮನೆಗೆ ಬರುವ ಕ್ರಮ– ಕೆಲಸದಾಳು ಸಿಗದಿದ್ದರೆ ಸಮಸ್ಯೆ ಇಲ್ಲ, ಆಳಿಗೆ ಕೊಡುವ ದುಡ್ಡೂ ಉಳಿಯುತ್ತದೆ.) ಹೋಗಿ ಡಬ್ಬಿಗಟ್ಟಲೆ ಅಡಿಕೆಯನ್ನೂ ಸುಲಿಯುತ್ತಿದ್ದಳಂತೆ! ರಾತ್ರಿ ರಚ್ಚೆ ಹಿಡಿಯುವ ಶಿಶುವನ್ನು ಇಡೀ ದಿನದ ಸುಸ್ತು ಮರೆತು, ನಿದ್ದೆಗಣ್ಣಲ್ಲೇ ಸಮಾಧಾನ ಮಾಡುವ ಮಹಾಮಾತೆಯೂ ಇವಳೇ! ಮಧ್ಯದಲ್ಲಿ ಬರುವ ಸಣ್ಣಪುಟ್ಟ ಕೆಲಸಗಳ ಲೆಕ್ಕವಿಡಲು ಸಾಧ್ಯವೇ ಇಲ್ಲ. ಅಡಿಕೆ ಸುಲಿಯುವುದಕ್ಕೆ ಹೋಗುತ್ತಿದ್ದ ವಿಚಾರ ಕೇಳಿಯಂತೂ ನನಗೆ ದಂಗು ಬಡಿದು ಹೋಗಿತ್ತು. ಆಯಾಸದ ಅರ್ಥವೇ ಗೊತ್ತಿಲ್ಲದಂತೆ ಇಷ್ಟನ್ನೂ ಒಬ್ಬಳೇ ಮಾಡುತ್ತಿದ್ದಳು; ಕೆಲಸದವರಿಲ್ಲ. ಆಗೆಲ್ಲಾ ಮಕ್ಕಳ ಸಂಖ್ಯೆ ಈಗಿನಂತೆ ಒಂದು–ಎರಡು ಎಂದಿಲ್ಲದ ಕಾರಣ ಮನೆಯಲ್ಲಿ ವರ್ಷಕ್ಕೊಬ್ಬಳು ಬಾಳಂತಿ!

ಮಗುವಿನ ಮೂತ್ರ ಹೀರಿಕೊಳ್ಳುವ ಮೂಲಕ ಹೆಚ್ಚಿನ ಬಟ್ಟೆಗಳು ಒದ್ದೆಯಾಗದಂತೆ ತಪ್ಪಿಸುತ್ತಿದ್ದ ಕ್ವಿಕ್ ಡ್ರೈ ಬಟ್ಟೆಗಳನ್ನು ನೋಡಿದಾಗ, ಡೈಪರ್ ಹಾಕುವುದನ್ನು ಕಂಡಾಗ, ವಾಶಿಂಗ್ ಮೆಶಿನ್ ಬರ್ರೋ ಎಂದು ತಿರುಗುವಾಗ, ಪಾತ್ರೆಯನ್ನು ಕೆಲಸದವಳು ತೊಳೆವಾಗ, ಭಕ್ಕನೆ ಹತ್ತಿಕೊಳ್ಳುವ ಸ್ಟವ್ ಎದುರು ನಿಂತಾಗ, ಮಿಕ್ಸಿಯಲ್ಲಿ ನಾರುಬೇರುಗಳು ಚಕಚಕನೆ ಹುಡಿಯಾದಾಗ, "ನನ್ನ ಅಮ್ಮ ಬಾಣಂತನ ಮಾಡಕಿದ್ರೆ ಇದೆಲ್ಲಾ ಇರಕಾಗಿತ್ತು" ಎಂದುಕೊಳ್ಳುತ್ತಾ ಹನಿಗಣ್ಣಾಗುತ್ತಿದ್ದಳು ಅಜ್ಜಿ. ತುಂಬು ತೊಂಬತ್ತು ವರ್ಷ ಬದುಕಿದ್ದ ಹಿರಿಜೀವ ಮುತ್ತಜ್ಜಿಯದು. "ಎಷ್ಟೇ ಮಕ್ಳನ್ನ ಹೆತ್ತರೂ ಅವ್ರೆಲ್ಲಾ ಬಾಣಂತನ ಚೆನ್ನಾಗಿ ಮಾಡಿಸ್ಕ್ಯಂಡಿದ್ದ. ಅದಿಕ್ಕೆ ಜೀವ ಗಟ್ಟಿ ಇತ್ತು. ಇಲ್ಲದೆ ಇದ್ರೆ ಇಷ್ಟೆಲ್ಲಾ ಬಾಣಂತನ ಮಾಡದಕ್ಕಾದ್ರೂ ಶಕ್ತಿ ಬೇಕಾತನ.." ಎಂದು ಬಾಣಂತನ ಹೆಣ್ಣಿಗೆ ಎಷ್ಟು ಮುಖ್ಯ ಎಂದು ಆಗಾಗ ಒತ್ತಿ ಹೇಳುತ್ತಿದ್ದಳು. ಮೊಮ್ಮಗಳು ಇನ್ನೂ ಒಂಚೂರು ಚೆನ್ನಾಗಿ ಬಾಣಂತನ ಮಾಡಿಸಿಕೊಳ್ಳಲಿ ಎಂಬ ಆಸೆಯದು. ಬದಲಾದ ಕಾಲದಲ್ಲಿ ನಾವು ಅಜ್ಜಿ ಹೇಳಿದ ಎಲ್ಲವನ್ನೂ ಅನುಸರಿಸದೆ ಇರಬಹುದು. ಆದರೆ ಅವರು ಕೊಟ್ಟ ಶೇಕಡಾ ತೊಂಬತ್ತರಷ್ಟು ಸಲಹೆಗಳು ಎಲ್ಲಾ ಕಾಲ–ದೇಶಕ್ಕೂ ಸಲ್ಲುವಂಥಹುದೇ.

ಅಮ್ಮನಾಗುವ ಹಂತದಲ್ಲಿ ನಾನು ಕಂಡುಕೊಂಡ ಸತ್ಯಗಳನ್ನು ಒಟ್ಟಾಗಿಸಿ ಬಾಳಂತಿ ಗಮನ ಹರಿಸಬೇಕಾದ ಕೆಲ ಪ್ರಮುಖ ಅಂಶಗಳನ್ನು ಹೇಳಿದ್ದೇನೆ. ಇದು ನನ್ನ ಅರಿವಿಗೆ ಬಂದದ್ದು ಮಾತ್ರ. ಆಯಾ ಬಾಳಂತಿ ತಾನು ಹೇಗಿದ್ದರೆ ಸರಿ ಎಂದು ಅವಳೇ ನಿರ್ಧರಿಸಬೇಕು.

–ಮೊದಲ ಗರ್ಭಿಣಿಯಲ್ಲಿ ತಿನ್ನುವ ಆಹಾರದ ಬಗ್ಗೆ, ದೇಹದ ಕಾಳಜಿಯ ಬಗ್ಗೆ, ಆರೋಗ್ಯದ ಏರಿಳಿತಗಳ ಬಗ್ಗೆ ನಾವು ತಿಳಿದುಕೊಳ್ಳುತ್ತೇವೆ. ಮಗು ಹುಟ್ಟಿದ ಮೇಲೆ ಚಂದ, ಪುರುಸೊತ್ತೇ ಇರುವುದಿಲ್ಲ ಎಂಬಿತ್ಯಾದಿ ಮಾತುಗಳನ್ನ

ಕೇಳಿರುತ್ತೇವೆ. ಆದರೆ ಮಗು ಬದುಕಿಗೆ ಬಂದ ಮೇಲೆಯೇ ಇವೆಲ್ಲದರ ಅನುಭವ ಸ್ವಂತದ್ದಾಗುವುದು. ಖುಷಿಯ ಜೊತೆ ಜೊತೆಗೇ ಒತ್ತಡವೂ ಅಷ್ಟೇ ಪ್ರಮಾಣದಲ್ಲಿ ಶುರುವಾಗುತ್ತದೆ. ನಿದ್ರಾರಹಿತ ರಾತ್ರಿಗಳನ್ನು ಹೇಗೆ ನಿಭಾಯಿಸಬೇಕಾಗಬಹುದು ಎಂದು ಯಾರೂ ಮೊದಲೇ ಹೇಳುವುದಿಲ್ಲ. ಆ ಒತ್ತಡಗಳನ್ನು ಭರಿಸುವ ಶಕ್ತಿ ಹೇಗೆ ಪಡೆದುಕೊಳ್ಳಬೇಕೆಂದು ಗೊತ್ತಿರುವುದಿಲ್ಲ. ಈ ಬಗ್ಗೆ ಬಾಳಂತಿಯಾಗುವ ಮುನ್ನವೇ ಮಾನಸಿಕ ಸಿದ್ಧತೆ ಮಾಡಿಕೊಂಡರೆ ಉತ್ತಮ.

–ನಾನು ಈ ಒತ್ತಡಗಳನ್ನು ನಿವಾರಿಸಲು 'ಓಂಕಾರ'ದ ಮೊರೆ ಹೋಗುತ್ತಿದ್ದೆ. ಮಗು ಸಾಕುವಾಗ ತಾಳ್ಮೆ ಅತಿಮುಖ್ಯ. ಅದು ನನಗೆ ಸಿಗುತ್ತಿದ್ದುದು ಓಂಕಾರದಿಂದಲೇ. ವಜ್ರಾಸನ ಅಥವಾ ಇಷ್ಟಬಂದ ರೀತಿಯಲ್ಲಿ ಕುಳಿತು ಬೆನ್ನುನಿಟ್ಟಗಿರಿಸಿ, ಕಣ್ಣುಮುಚ್ಚಿ ದೀರ್ಘ ಶ್ವಾಸೋಚ್ಛ್ವಾಸದೊಂದಿಗೆ 'ಓಂಕಾರ'ಗಳನ್ನು ಹೇಳುತ್ತಿದ್ದೆ. ಬಾಣಂತನದಲ್ಲಿ ಮಾತ್ರವಲ್ಲ, ಮಗು ಬೆಳೆಯುತ್ತಾ ಹೋದಂತೆ ತಾಳ್ಮೆ ಇದ್ದಷ್ಟೂ ಸಾಲದು ಎಂಬಂತಾಗುತ್ತದೆ. ಆಗಲೂ ಈ ಧ್ಯಾನವೇ ನನ್ನ ಸಾಥಿ. ಯಾರಿಗೆ, ಯಾವುದರಲ್ಲಿ ಮನಸ್ಸು ಪ್ರಶಾಂತವಾಗುತ್ತದೋ ಅದನ್ನು ಅನುಸರಿಸಬಹುದು. ಭಜನೆ ಕೇಳಬಹುದು, ಹಾಡು ಹಾಡುತ್ತಾ– ಇಲ್ಲವೇ ಕೇಳುತ್ತಾ ರಿಲ್ಯಾಕ್ಸ್ ಆಗಬಹುದು, ಚಿತ್ರ ಬಿಡಿಸುವುದು, ಕಸೂತಿ ಮಾಡುವ ಮೂಲಕವೂ ಮನಸ್ಸನ್ನು ಪ್ರಶಾಂತವಾಗಿಟ್ಟುಕೊಳ್ಳಬಹುದು.

–ವ್ಯಾಯಾಮದಿಂದ ಯಾವಾಗಲೂ ದೇಹ ಲವಲವಿಕೆಯಿಂದಿರುತ್ತದೆ. ಮಗು ಇದೆ ಎಂಬ ಒಂದೇ ನೆಪವಿಟ್ಟುಕೊಂಡು ವ್ಯಾಯಾಮಕ್ಕೆ ಸಮಯವೇ ಇಲ್ಲ ಎಂದು ನಮಗೆ ನಾವೇ ಹೇಳಿಕೊಳ್ಳುವುದನ್ನು ಬಿಡಬೇಕು. ಬಾಣಂತನದಲ್ಲಿ ಮಾಡಬಹುದಾದ ವ್ಯಾಯಾಮಗಳನ್ನು ಡಾಕ್ಟರ್ ಬಳಿಯೇ ತಿಳಿಯಬಹುದು. ಮಗುವನ್ನು ಸಾಕುವ ಮುಂದಿನ ದಿನಗಳಲ್ಲಿ ಇನ್ನಷ್ಟು ಚೈತನ್ಯ ನಮ್ಮದಾಗಬೇಕು ಎಂದರೆ ವ್ಯಾಯಾಮ ನಮ್ಮ ದಿನಚರಿಯ ಭಾಗವಾಗಬೇಕು. ಇಡೀ ದಿನಕ್ಕೆ ಬೇಕಾದ ಚೈತನ್ಯ ಅದರಿಂದಲೇ ದೊರಕುತ್ತದೆ. ಸೋಮಾರಿತನ ದೂರಾಗಿ, ಮಗುವಿಗೆ ಖುಷಿಯಾಗಿ ಹಾಲೂಡಿಸಲು, ಹೊಸದನ್ನು ರುಚಿಯಾಗಿ ಮಾಡಿ ತಿನ್ನಿಸಲು, ಮನೆಮಂದಿಯನ್ನು ನೋಡಿಕೊಂಡು ನಮ್ಮ ಕ್ರಿಯಾಶೀಲತೆಯನ್ನು ಉಳಿಸಿಕೊಳ್ಳಲು ಇದು ಸಹಕಾರಿ.

–ಶಿಶುವಿಗೆ ಹಾಲು ಕುಡಿಸುವ ಮೊದಲು ಮತ್ತು ಕುಡಿಸಿದ ನಂತರ ಮೊಲೆಯನ್ನೊಮ್ಮೆ ಶುದ್ಧ ಬಟ್ಟೆಯಲ್ಲಿ ಒರೆಸಿಕೊಳ್ಳುವ ಅಭ್ಯಾಸ ಒಳ್ಳೆಯದು. ಅದಕ್ಕೆಂದೇ ಒಂದು ಬಟ್ಟೆ ಪಕ್ಕದಲ್ಲಿದ್ದರಾಯಿತು. ಹಾಲು ಕುಡಿಸಿದ ಮೇಲೆ ಮಗುವಿನ ತುಟಿಯನ್ನೂ ಮೆತ್ತಗಿನ ಕಾಟನ್ ಬಟ್ಟೆಯಲ್ಲಿ ಒರೆಸಿ ಶುಚಿಗೊಳಿಸಬೇಕು. ಹೀಗೆ ಒರೆಸದಿದ್ದರೆ ಮಗುವಿನ ತುಟಿ ಕಪ್ಪಾಗುತ್ತದೆ ಎಂದು ಬಹಳಷ್ಟು ಹಳಬರು ಹೇಳಿರುವುದನ್ನು ಕೇಳಿರಬಹುದು. ಆದರೆ ಅದಕ್ಕೆ ಪುರಾವೆ ಇಲ್ಲ. ಸ್ವಚ್ಛತೆಯ ದೃಷ್ಟಿಯಿಂದ ಹೀಗೆ ಒರೆಸುವುದಂತೂ ಒಳ್ಳೆಯದು.

–ಬಾಣಂತನದ ಎರಡು ತಿಂಗಳ ಅವಧಿಯಲ್ಲಿ ಮೊಬೈಲ್ ಬಳಕೆ ಸಾಧ್ಯವಾದಷ್ಟು ಕಡಿಮೆಯಾಗಲಿ. ಅದೇ ಹೊತ್ತಲ್ಲಿ ಕಣ್ಣು ಮುಚ್ಚಿ ಸುಮ್ಮನೆ ಮಲಗಿದರೆ ಅಷ್ಟಾದರೂ ರೆಸ್ಟ್ ಆಗುತ್ತದೆ. ಸೋಶಿಯಲ್ ಮೀಡಿಯಾಗಳ ಒಳಗೆ ಸುಮ್ಮಗೆ ಹಣಕಿ ಬಂದರೂ ಅರ್ಧಗಂಟೆ ಕಳೆದಿರುತ್ತದೆ. ನಮ್ಮ ಕಾಲದ ಬಾಣಂತನದ ಅತಿ ದೊಡ್ಡ ವೈರಿ ಈ ಸ್ಮಾರ್ಟ್‌ಫೋನ್‌ಗಳು. ತೀರಾ ಅನಿವಾರ್ಯತೆಗಷ್ಟೇ ಮೊಬೈಲ್ ಬಳಸಿದರೆ ಸಾಕು. ಸುಖಾಸುಮ್ಮನೆ ನಮಗೆ ಅವಶ್ಯಕವೇ ಇಲ್ಲದ ವಿಚಾರಗಳನ್ನು ಈ ಸಮಯದಲ್ಲಿ ಒಳತುಂಬಿಸಿಕೊಂಡು ಮನಸ್ಸು ಕಸವಾಗುವುದು ಬೇಡ.

ಬಾಣಂತನ ಮುಗಿದು, ಶಿಶುವಿಗೆ ಮೂರು ತಿಂಗಳಾದ ಮೇಲೆ ಬೆಂಗಳೂರಿಗೆ ವಾಪಾಸಾದಾಗ ಇದ್ದಕ್ಕಿದ್ದಂತೆ ಅಷ್ಟೂ ಕೆಲಸವು ನನ್ನ ಮೇಲೆ ಬಿದ್ದಾಗ ನಿಭಾಯಿಸಲು ಬಹಳವೇ ಒದ್ದಾಡಿದ್ದೆ; ಎಲ್ಲಾ ಅಮ್ಮಂದಿರಂತೆ. ಇಡೀ ದಿನ ಕೂರದೆ ಏನೇನೋ ಕೆಲಸ ಮಾಡಿದೆನಲ್ಲ, ಏನು ಮಾಡಿದೆ ಎಂದು ರಾತ್ರಿ ಯೋಚಿಸಿದರೆ ಅವವೇ ನಿತ್ಯದ ಕೆಲಸ... ಅರ್ಧ ಮಡಚಿಟ್ಟ ಬಟ್ಟೆ ರಾಶಿ, ಶೆಲ್ಫ್ ಏರದ ಪಾತ್ರೆಗಳು, ಸೋಫಾದ ಕೈಗಳಲ್ಲಿ ನಾಲ್ಕು ಲೇಯರ್ ಧೂಳು... ಪಾಪುವಿಗೆ ಸಮಯಕ್ಕೆ ಸರಿಯಾಗಿ ಎಣ್ಣೆ ಹಚ್ಚಿ– ಸ್ನಾನ ಮಾಡಿಸಲು ಆಗದಿದ್ದಾಗ, ಕುತೂಹಲದ ಹಂತದಲ್ಲಿ ಪುಸ್ತಕದ ಪುಟಗಳಿರುವಾಗಲೇ ಇವನೆದ್ದು ಅಳುವಾಗ, ಇವತ್ತಾದರೂ ಮಲಗುವಾಗ ಕಥೆ ಹೇಳೆಂದು ಸಾರ್ಥಕ ಗೋಗರೆದರೂ

ಹೇಳಲಾಗದೆ ಇದ್ದಾಗ, ಅಕ್ಷಯ ಪಾತ್ರೆಯಿಂದ ಹರಿಯುವಂಥ ಮನೆಕೆಲಸಗಳು ಮುಗಿಯುತ್ತಲೇ ಇಲ್ಲ ಎನಿಸಿದಾಗ, ನನ್ನ ಕ್ರಿಯೇಟಿವಿಟಿಗೆ ಸಮಯವೆಲ್ಲಿದೆ ಎಂದು ಬೇಜಾರಾದಾಗ ಅಜ್ಜಿಯ ಮಾತು ನೆನಪಾಗುತ್ತಿತ್ತು. ಇದನ್ನು ನೆನೆಯದಿರುವ ದಿನಗಳೇ ಇಲ್ಲ– 'ಕೆಲಸ ಒಂದು ಹೆಚ್ಚು, ಒಂದು ಕಡಿಮೆ ಆಗುತ್ತಾ ಇರುತ್ತದೆ. ಸಮಯ ನೋಡುತ್ತಾ ಕೆಲಸ ಮಾಡಬಾರದು. ಗಂಟೆಗೆ ಮಾಡುವುದಕ್ಕೇನೂ ಕೆಲಸವಿಲ್ಲವಲ್ಲ; ಸುಮ್ಮನೆ ತಿರುಗುತ್ತಿರುತ್ತದೆ. ಸ್ವಲ್ಪ ಹೆಚ್ಚುಕಡಿಮೆಯಾದರೂ ಆಗಬೇಕಾದಾಗ ಎಲ್ಲವೂ ಆಗುತ್ತದೆ. ಸಾವಧಾನವಾಗಿ ಮಾಡಿ ಮುಗಿಸಿದರಾಯಿತು.' ಒತ್ತಡಗಳ ನಡುವೆ ಮಾಡಬೇಕಾದದ್ದನ್ನು ಆರಾಮಾಗಿ ಮಾಡಿ ಮುಗಿಸುವ ಅವಳ ಮಾತು ದೊಡ್ಡ ಜೀವನ ಪಾಠ.

ನಿಷ್ಕಲ್ಮಶ ಹೃದಯದ ಎಳೇ ಹಸುಳೆಯನ್ನು ಸಾಕಲು ಸಹಕರಿಸುವುದು ಸಹನೆಯೊಂದೇ. ಮಗುವನ್ನು ಮುದ್ದು ಮಾಡುವುದರಿಂದ ತೊಡಗಿ, ಆಟ–ಪಾಠ, ಆರೈಕೆ, ಆಹಾರ, ಮನೆ ಕೆಲಸ, ಸ್ವಂತದ ಕೆಲಸ, ಸಾಧನೆ, ಹವ್ಯಾಸ, ಒಂದಷ್ಟು ಮನರಂಜನೆ ಎಲ್ಲವೂ ಕೈಹಿಡಿಯುವುದು ಸಹನೆ ಇದ್ದಾಗ ಮಾತ್ರ. ಮಗು ಹೆತ್ತ ಘಳಿಗೆ 'ಅಮ್ಮ'ನೆಂಬ ನಾಮಕರಣವಷ್ಟೇ ಆಗಿರುತ್ತದೆ. ಮಗುವನ್ನು ರೂಪಿಸುವ ಪ್ರತಿ ಹಂತವನ್ನು ಯಶಸ್ವಿಯಾಗಿ ಏರುತ್ತಾ ಆ ಹೆಸರಿಗೆ ಅರ್ಥವೂ ಒಲಿಯುತ್ತಾ ಹೋಗುತ್ತದೆ. ಜಗತ್ತಿನ ಅಮಿತಾನಂದದ ಗುಟ್ಟು ಬಚ್ಚಿಟ್ಟುಕೊಂಡಿರುವುದು ಮಗುವಿನ ಒಡಲಲ್ಲೇ! ಮಗು ನನಗಿಟ್ಟ ಹೆಸರು 'ಅಮ್ಮಾ' ಕೇವಲ ಹೆಸರಲ್ಲ, ನನ್ನ ಚೈತನ್ಯವನ್ನು ಮತ್ತೊಮ್ಮೆ ಮಗದೊಮ್ಮೆ ತುಂಬುವಂತೆ ಮಾಡುವ ಪರಮ ಚೈತನ್ಯ!